ககனத்துளி

கற்பனை கலந்த இலக்கிய காட்சிகள்

விவேக்பாரதி

இந்த ரசனைத் தொகுதியை நான் எழுதி
முடிக்க, அனுவனுவாய் நான் சொல்லக்
கேட்டு ரசித்த, என் முதல் ரசிகையான
தெய்வம், என் அம்மா திருமதி சு.ஜானகி
அவர்களுக்குச் சமர்ப்பணம்.

பொருளடக்கம்

பொருளடக்கம்

· vi ·

அணிந்துரை

எழுத்து என்பது ஒரு வரமென்பார்கள். அது வரமோ இல்-
லையோ, எழுதுபவனுக்குச் சுகம் என்பதை எழுதிப் பார்க்-
கின்ற அனைவரும் ஒப்புக்கொள்வார்கள். அது எழுதுப-
வனுக்குச் சுகமாக இருக்கின்ற வரையில்தான் வாசிப்ப-
வனுக்குச் சுமையாக இருக்காது. என் அன்புக்குரிய விவேக்-
பாரதியின் இந்த நூலை படிக்கும்போது அதன் ஒவ்வொரு
அங்குலத்திலும் அந்த 'எழுத்துச் சுகம்' மனம் நிறையும்படி
வெளிப்பட்டிருப்பதை உணர்கிறேன்.

இருபது பழம்பாடல்களை எடுத்துக் கொண்டு, அவற்றுக்குக்
கற்பனையால் பின்புலம் படைத்து, வாசிப்பவனுக்கும் இந்தப்
பாடல்களுக்கும் இடையிலொரு பாலமாகச் செயல்பட்டிருக்-
கிறார் விவேக். மாணிக்கவாசகர், வில்லிபுத்தூரார் என்று
தொடங்கும் இந்த ரசனைப் பயணம் மெல்ல மெல்ல சங்க
இலக்கியங்களைப் புரட்டி, கலித்தொகை, ஐங்குறுநூறு, சிறு-
பாணாற்றுப்படை, நற்றிணை, பரிபாடல் என்று பல எல்-
லைகளையும் தொட்டிருக்கிறது. இந்தப் பழைய இலக்கி-
யங்களைச் சுவைப்பதற்கே ஒரு பயிற்சி வேண்டும். அந்தப்
பயிற்சி விவேகிடம் ஆழப் பதிந்திருப்பதை அவர் ரசித்துப்
பார்த்திருக்கின்ற விதமே எடுத்துச் சொல்கிறது. மாணிக்க
வாசகரின் திருச்சதகத்தில் தொடங்கும் இக் கட்டுரைத்
தொகுப்பு விவேகசிந்தாமணியை வியந்து, கலிங்கத்துப்
பரணியில் கனன்று, வில்லி பாரதத்தை விதந்து, கம்பராமா-
யணத்தில் இரணியன் வதைப்படலப் பாடலை நிதானமாகச்
சுவைத்து ரசித்தபடி பல பழந்தமிழ் இலக்கியங்களுக்குள்ளும்
பாய்கிறது.

விவேக்கிடம் நல்ல ரசனை இருக்கிறது; நல்ல எழுத்தாற்றல்
இருக்கிறது. அவர் இந்தத் தலைமுறையைச் சேர்ந்தவர்
என்பதனால் இந்தத் தலைமுறையின் மொழியோடு

அவருக்கு நேரடி உறவிருக்கிறது. ஆகவே, இந்தப் புத்தகத்-
தைப் புரட்டும் இளைஞர்களுக்கு 'இப்படியெல்லாம் இருக்-
கிறதா' என்ற வியப்பு ஏற்பட்டு, அவர்களுக்கு இப்படிப்பட்ட
பாடல்களை மேலும் மேலும் கற்பதற்கான தாகம் ஏற்படும்
என்பது திண்ணம்.

அடிப்படையில் கவிஞனான விவேக் இந்தக் கவிதைகளை
ரசித்திருப்பதில் வியப்பில்லை. என்னுடைய இளமைப் பரு-
வத்தில் ஹிந்து பத்திரிகையின் உதவியாசிரியராக இருந்த
அமரர் அனந்தராமசேஷன் அவர்கள், 'கவிதைல ஒரு
அமைப்பு இருக்கு. எதுகை மோனைன்னு ஒரு வழித்தடம்
இருக்கு. அதுல நடக்கறதுக்குப் பழக்கம் வேணும்னாலும்
பழகிக்கறது சுலபம். கையில ஒரு பேனாவக் கொடுத்து நாலு
லைன் ப்ரோஸ் எழுதச் சொன்னா, விஷயம் வெளில வந்-
துடும்' என்று சொல்லி என்னை உரைநடையின் பக்கமா-
கத் திருப்பிவிட்டார். விவேக்கிடம் உரைநடையின் கட்டற்ற
வெளியில் கால்புதைந்து நடக்கத் துடிக்கும் ஆர்வம் இருப்-
பதற்கும் அது மிக அழகாக இந்தக் கட்டுரைத் தொகுப்பாக
மலர்ந்திருப்பதற்கும்ம் இந்தத் தொகுப்பே கண்கூடான சாட்சி.
பாரதியின் கவிதைகளைப் படிப்பதைப் போல அவனுடைய
உரைநடைப் படைப்புகளை வாசிக்கும் பழக்கம் ஏற்பட-
வேண்டும். அது பழகப் பழக நடையில் மெருகேறும். இப்-
போதே சிறப்பாக வெளிப்பட்டிருக்கும் இந்த ஆற்றல் மேலும்
மேலும் சிறப்பெய்தும்.

விவேக்பாரதி மிகச் சிறந்த உரைநடையாளனாக, பழந்தமிழ்
இலக்கியத்துக்கும் இந்தத் தலைமுறை, வரவிருக்கும் தலை-
முறையினருக்கும் இடையில் வலிமையான பாலமாக வடி-
வெடுக்கப் போவதற்கான காலம் வெகுதொலைவிலில்லை.
வாழ்க விவேக்பாரதி . ஆசிகள்.

-ஹரி கிருஷ்ணன்
பெங்களூரு.

முகவுரை

ஆழ்கடல் நீரை அள்ளிக் குடித்துவிட முடியுமா? முற்றாக இல்லையெனினும் சொட்டாகக் குடித்திருக்கிறார் தம்பி விவேக்பாரதி. நம்மையும் குடிக்கச் செய்திருக்கிறார். என்னே வியப்பு! கடல் நீர் இனிக்கிறதே.

எல்லையில்லாப் பரப்பையுடைய சிறப்பான பட்டாடையை உடுத்தியுள்ள நம் தமிழ்த்தாயின் பட்டுச்சேலையில் மின்னிக் கொண்டிருக்கும் வைர இழைகளை மொத்தமாய் எண்ணி- விட முடியுமா? முடியும் என்று காட்டியிருக்கிறார் தம்பி விவேக்பாரதி. நம்மையும் எண்ணச் செய்திருக்கிறார். அட! இழைகளின் மின்னலில் நம் கண்கள் கூசுகின்றனவே..

நம் தமிழிலக்கியங்களின் சுவையையும், சிறப்பையும் கூற முற்பட்டிருக்கும் "பைந்தமிழ்ச் செம்மல்" விவேக்பாரதி அவர்கள் "ககனத் துளிகள்" என்னும் அருந்தமிழ்ப் பனு- வலை யாத்தளித்துள்ளமை கண்டு மகிழ்வடைகிறேன்.

எம்முடைய முகநூற்குழுவான "பைந்தமிழ்ச் சோலையில்" வாரந்தோறும் "இலக்கியத் தேன்துளிகள்"என்னும் பகுதியில் எழுதிய இலக்கியக் கட்டுரைகளைத் தொகுத்து இந்த அழகிய நூலைப் படைத்திருக்கிறார் விவேக்பாரதி. அந்தக் கட்டுரைகளை எழுதும் போது இவர் பன்னிரண்டாம் வகுப்பு மாணவர்.

தன்னுடைய எழுத்துகளின் மூலம் பாரதியை மட்டுமே எதி- ரொலித்த விவேக்கை மற்ற இலக்கியங்களையும் கற்கத் தூண்டும் வகையில் எனக்குத் தோன்றிய எண்ணமே பைந்- தமிழ்ச் சோலையில் அவரை இலக்கியக் கட்டுரைகள் எழுத வைத்தது. தன் பதினைந்தாம் அகவையிலேயே மரபு கவி- தையில் அனைவரையும் வியக் கவைத்த விவேக், பன்-

னிரண்டாம் வகுப்பில் பயிலும் போதே "முதல் சிறகு" என்ற கன்னிப் பனுவலை வெளியிட்டுப் புகழ்பெற்றவர். அந்த முதல் சிறகு இப்போது தன் சிறகுகளை இன்னும் உயரத்தில் விரித்திருக்கிறது.

எல்லா நூல்களையும் முற்றாகப் படித்துணர்ந்தவர் யாருமிலர். நந்தமிழ்ப் பனுவல்களை நாடிப் படித்துணரும் ஆர்வலரும் சிலரேயாம். இந்நிலையில், தான் கற்றுணர்ந்த, களித்த பாடல்களை நயம்பட எடுத்துரைக்கும் விதமாக அமைந்த ஒரு கட்டுரையைப் படிக்கும் போது அந்த இலக்கியத்தை நாமே நாடிக் கற்க வேண்டும் என்ற எண்ணத்தை ஏற்ப-டுத்தும். அவ்விதத்தில் இந்நூலுள் அமைந்துள்ள கட்டுரை-களைக் காண்கையில், இலக்கியத் தேடலும் நம்முன் விரி-கிறது.

இந்நூலாசிரியர் பாரதியைத் தொடர்ந்து கொண்டிருந்த கார-ணத்தால் எண்ணற்ற வடசொற்களின் ஆளுமையை இந்நூ-லில் காண முடிகிறது. மேலும், படிப்போர்க்கு அந்தக் கட்டு-ரையின் காட்சி அவருக்கே தோன்றுமாறு அமைய வேண்-டிய காட்சிப் படுத்துதலும் இன்னும் சிறக்க அமைந்திருப்பின் இந்நூலிற்கு மேலும் மெருகூட்டியிருக்கும். ஆயினும், இலக்-கியச் சிகரத்தின் மணிமுடியைத் தொட முயன்றிருக்கும் ஒரு படிநிலை மாணவனின் 'ஆய்வுச் சிதறல்களாக' இந்நூலைக் கொள்வோமாயின் அம்முயற்சியில் 'ககனத் துளிகள்' இலக்-கியப் பொழிவாகவே எனக்குத் தோன்றுகிறது. படிப்போரும் இஃதுணர்வர்.

தமிழின் மரபு கவிதை அழியாது காக்கவிருக்கும் பைந்-தமிழ்ச் செம்மல் விவேக்பாரதி மேலும் பல பனுவல்களை யாத்தளித்துத் தமிழன்னையை மகிழ்விக்க வாழ்த்துகி-றேன். ஈன்ற பொழுதின் பெரிதுவக்கும் தாயின் மனநிலையில் இருந்து இந்த வாழ்த்துரையை அளிக்கிறேன். என் குழந்தை தவழத் தொடங்கியிருக்கிறது. அதன் வீறுநடைக்கு விதை-

யாய் இருக்குமாறு நற்றமிழ் நல்லோர்களை வேண்டுகிறேன்.

-பாவலர் மா.வரதராசன்

சென்னை.

• xi •

முன்னுரை

ககனத்துளி என்றால் என்ன?

'ககனத்துளி', ககனம் என்றால் வானம். தமிழ் இலக்கியம் என்ற வானத்தில் நான் கண்ட சில துளிகள் இந்நூலில் இறக்கி வைக்கப்பட்டுள்ளன. அதனால்தான் ககனத்துளி என்று இக்கட்டுரைத் தொகுதி பெயர்கொண்டது. இயல்பாகவே மரபு இலக்கியத்தின் மீது ஆழ்ந்த பற்றும், காதலும் கொண்ட என் உள்ள நெருப்பிற்கு நல்ல ஆகுதிகள் விழுமாறு செய்வித்தார் எனது இலக்கண வழிகாட்டி, பேராசான் திரு. மா.வரதராசன் அவர்கள். எனது பன்னிரண்டாம் வகுப்பு சமயத்தில் நாங்கள் எல்லாம் யாப்பிலக்கணத்தை ஐயந்திரிபறக் கற்றுக் கொண்ட 'பைந்தமிழ்ச் சோலை' என்ற பேஸ்புக் குழுவில் வாரம் ஒரு கட்டுரை என்ற வகையில் தமிழ்ச் செய்யுள்களின் காட்சிகளை விளக்கிக் கட்டுரைகள் எழுதப் பணித்தார் பாவலர் மா.வரதராசன். அதற்கு 'இலக்கியத் தேன் துளிகள்' என்று பெயரும் இட்டார். வாரத்திற்கொரு கட்டுரை என்றதால் அதன்மூலம் எனக்குச் சங்கத்தமிழ்ப் பாக்களைப் படிக்கும் பழக்கம் அதிகரித்தது. கட்டுரைகள் குழுவிலும் வரவேற்பையும் விமர்சனங்களையும் பெற்றன. ஆனால், அத்தொடரை என்னால் நீண்ட நாட்கள் தொடர்ந்து எழுத முடியவில்லை. பின்னர் இக்கட்டுரைகளைப் புத்தகமாக்கும் எண்ணம் உதயமானது. அதன் பலனே தங்கள் கைகளில் இலக்கிய வானத்தைப் புகழ்ந்துரைக்கும் என் கற்பனை கலந்த சில துளிகளாய்க் ககனத்துளி தவழ்ந்து கொண்டிருக்கிறது.

காலத்தின் வேகத்தில் ஓடிக் கொண்டிருக்கும் வாழ்வில் இலக்கியம் படிக்க நேரமில்லை என்று உள்ளூர வருத்தப்படுபவர்களுக்காக இந்த நூலை ஆக்குகிறேன். சுருக்கமாக வாட்ஸாப் பகிர் செய்திகளின் அளவில் இதிலுள்ள கட்டு-

ரைகள் எழுதப்பட்டுள்ளன. இதில், தமிழ்ச் செய்யுள்களின் பொருளுடன் அக்கவிதைகளைப் படித்தபோது என் மனத்-திரையில் விரிந்த காட்சியை அப்படியே பதிவு செய்திருக்-கிறேன். இதில் 75% கற்பனையும், 25% உண்மையுமாய் இருக்கும். ஆக, இதில் பாடலில் குறிக்கப்பெறாமல் கட்டு-ரைகளில் இடம்பெறும் வர்ணனைகள் முழுவதும் என் கற்-பனை. எனது எல்லாப் படைப்புகளைப் போலவே, இதிலும் தேடிக் கண்டுகொள்ள எதுவும் இல்லை என்பதையும் உறு-திப் படுத்தும் நேரத்தில், நான் கண்ட காட்சிகளை உங்க-ளையும் பார்க்கச் செய்கிறேன் என்ற புரிதலை இவ்விடத்-தில் ஏற்படுத்திவிடுகிறேன். சுய அச்சாக்கத்தில் இந்த நூலின் முதல் பதிப்பு 2018-ம் ஆண்டு வெளியான நிலையில் இப்-போது சிறு திருத்தங்களுடன் இன்னும் மெருகேறிய வடிவ-மாய், இரண்டாம் பதிப்பாக வெளிவருகிறது.

பிறகென்ன? ககனத் துளியைப் பருகக் கடை விரித்துக் காத்திருக்கிறேன். வாருங்கள்!

-விவேக்பாரதி
சென்னை.

நன்றி

முதல் பதிப்பின் வாசகர்கள்
திரு. சரவண ராகவன், ஓவிய ஆசிரியர்.
திரு. அரவிந்த் ராஜ், வடிவமைப்புக் கலைஞர்.
திரு. மா.வரதராசன், பைந்தமிழ்ச்சோலை நிறுவனர்.
திரு. ஹரிகிருஷ்ணன், தமிழறிஞர்.
தமிழ் இலக்கியம், கற்பனை, பராசக்தி.

1

அழகை

<hr>

ஓர் அழகிய காலை. பசும் பொன்னைக் காய்ச்சி எங்கெங்கும் பரப்பி நீவி விட்டதைப்போல இருக்கும் வானம், தன் ஒளிக் கதிர்களை மலர்ச்-சோலை ஒன்றின் மீது தூறிக்கொண்டு இருந்தது. அந்த அழகு மலர்ச் சோலையில் இருந்து பூக்களைப் பறித்துக் கொண்டு, அருகில் அமைந்த கோயிலுக்குள் அவர் நுழைகிறார். யார் அவர்? உடல் முழுவதும் வெள்-ளைப் பட்டைகளாய்த் திருநீறு திகழ்பவர். முழங்கால் தெரியும் அளவில் வேட்டி அணிந்தவர். கழுத்தில் ருத்திராட்சம், கண்களில் கண்ணீர், முகத்தில் பக்திக் கனிவு என சிவச் சின்னங்கள் விளங்கத் தோன்றியவர். அவர், கோயிலுக்குள் கருவறையைக் காண்கிறார்.

உள்ளே குடி கொண்டிருக்கும் திருப்பெருந்துறைப் பெருமானை நேரில் பார்க்கிறார். அவரது உடலில் ஒருவித சிலிர்ப்பை உணர்கிறார். கனி-யைக் கண்ட கிளியாய், மழையை உணர்ந்த மயிலாய் அவரது உடல் மயிர்க்கூச்சம் பெறுகிறது. திடீரென்று அவரது உடலோ நில நடுக்கம் கண்ட கட்டடம் போல நடுங்குகிறது. எந்நாளும் தீராத அமுதம் போன்று விளங்கும் அந்தச் சிவனுடைய பாதத்தைக் கண்டு அவர் பரவசமடை-கிறார். தமது தலைக்கு மேலே தம் கைகளை ஓங்கிக் குவிக்கிறார். சிவ-பெருமானைக் கண்ட ஆனந்தக் களிப்பில் கண்ணீரால் தனது கண்களை நிறைக்கிறார், உள்ளம் மிக வெதும்ப, ஒரு புதுக் கலக்கத்தை உணர்கி-றார்.

அப்படி உணர்ந்த அவர் அவ்விடத்திலேயே பேசத் தொடங்குகிறார். "பொய்களைத் தவிர்த்து இனி எப்பொழுதும் உனையே துதிப்பேன் சிவபெருமானே" என்று உறுதி சொல்கிறார். கூடவே, "சிவாய போற்றி ஜெய ஜெய போற்றி" என முழங்குகிறார். தாம் பறித்து வந்த மலர்களைச் சிவபெருமானின் பாதத்தில் தூவித் தொழுகிறார். அப்போதே, "நான் இந்தப் புனிதமான ஒழுக்கத்தை ஒருநாளும் கைவிட மாட்டேன்! இறைவனே" என்றும் இறைவன் முன்பு சூளுரைக்கிறார். "என்னையும் உன் அடியவர்களுள் ஒருவனாகக் கண்டுகொள்வாய்" என்று கதறுகிறார். அப்படியே கண்ணீர் பெருக 10 பாடல்களை அவ்விடத்தில் பாடி அருள்கிறார்.

அப்படி இறைவனால் ஆட்கொள்ளப்படப் பாடியவர் மாணிக்கவாசகர். "திருவாசகத்துக்கு உருகார் ஒரு வாசகத்துக்கும் உருகார்" என்றிருக்கும் உயர்ந்த புகழ் மொழிக்கு உரித்தான மணிவாசகப் பெருமானே அவர். ஆவுடையார் கோயில் என்றழைக்கப்படும் திருப்பெருந்துறையில் குடிகொண்டுள்ள ஆத்மநாதசுவாமியைப் போற்றி மாணிக்கவாசகர் இயற்றிய திருச்சதகத்தின் முதல் பாடல் காட்சி மிகுந்த கலைநயம்.

இதோ பாடல்-

மெய்தா னரும்பி விதிவிதிர்த் துன்விரை யார்கழற்கென்
கைதான் தலைவைத்துக் கண்ணீர் ததும்பி வெதும்பிஎள்ளம்
பொய்தான் தவிர்ந்துன்னைப் போற்றி சயசய போற்றியென்னும்
கைதான் நெகிழவி டேனுடை யாயெனைக் கண்டுகொள்ளே!

-மாணிக்கவாசகர்
(திருச்சதகம், பாடல் 1)

2
பதற்றம்

⸙

மதிய உறக்கம்போல் மண்ணில் சொகுசு மிக்கது வேறொன்று இருக்க முடியாது. அதே நினைப்பில்தான் அவனும் தூங்கிக் கொண்டிருக்கிறான். உணவுண்ட மயக்கத்தில் உலகையே மறந்து அவன் தூங்குகிறான். அது வும் கள்ளையே உணவாக உண்ட கதாநாயகன், தனது ஒற்றை நெல் லளவு வயிறு புடைக்க, நகர முடியாமல் உறங்குகிறான். இடையிடையே மது மயக்கத்தில் ரீங்காரமும் செய்ய வண்ணம் தூங்குகிறான் நமது கரு வண்டுக் கதாநாயகன்.

அந்த நேரம் அழகி ஒருத்தி வருகிறாள். அங்கு தன்னை மறந்து கண் துயிலும் கரிய நிறத்துக் கதாநாயகனை, இனிப்புச் சுவை தருகின்ற நாவல் பழமோ என நினைக்கிறாள். ருசிதரும் நாவல் பழத்தை தனது எழில் வாயில் போட்டு மென்று சுவை உணர விரும்புகிறாள். சந்தி ரனைக் குடைந்தெடுத்து செதுக்கி வைத்ததுபோன்ற வெண்ணிறப் பற்க ளில் மென்று களிக்க விழைகிறாள். அதனால் உறங்கிக் கொண்டிருந்த அவனைக் கையால் எடுத்து முகத்தின் அருகே வைத்துப் பார்க்கிறாள்.

ஒளிவீசும் தெளிவான முகமுடைய அவள், அவனை எடுத்து மலரினும் மெல்லிய தன் உள்ளங்கையில் வைத்துக்கொண்டு அருகில் உற்றுப் பார்க்கிறாள். தரையில் இருந்த நாம் எப்படித் தாமரை மலரில் வந்தோம் என்று முதலில் கீழே பார்க்கும் கதாநாயகன், பேரொளியின் திரள் தன் னைக் கவனிப்பதை உணர்கிறான். பாதி திறந்த கண்களில் அவளது

வெளிச்ச முகத்தைப் பார்க்கிறான். திகைத்துப் போகிறான். கண்களை சுருக்கி, விரித்துப் பெரிதாக்கி மீண்டும் அவளது ஒளிமுகத்தைப் பார்க்-கிறான். அதிர்ந்தே போகிறான். விண்மீன் இனத்தின் தலைவி, வெளிச்-சத்தின் நாயகி, வானத் திடலில் ஓடும் வெள்ளிப் புனல் என்றெல்லாம் புலவர்கள் பாராட்டும் சந்திரன் தனக்கு அருகில் வந்துவிட்டது என்று நினைக்கிறான். அதுவே அவன் திகைப்புக்குக் காரணம்.

'ஐயோ நிலவு வந்துவிட்டால் தாமரை மலர் மூடிவிடுமே' என்ற அறி-வியல் அவனது சிந்தனையை மின்னல்போல் அடிக்கிறது. அதுவே அவன் அதிர்ச்சிக்குக் காரணம். சந்திரன் பூத்துவிட்டது. தாமரை இதழ் மூடிவிடும். நாமோ தாமரை மலரின் நடுவில் படுத்திருக்கிறோம். நாம் உடனே பறந்து தப்பாவிட்டால் மலருக்குள் மாட்டி மரணத்தைத் தழு-வுவோம் என்பதை உணர்ந்து கொள்கிறான். கள்ளுண்ட களைப்பில் இருக்கும் தன் உடலைப் பெரும் முயற்சிக்குப்பின் தூக்கிக் கொண்டு அவள் கையில் இருந்து வெடுக்கெனப் பறந்து செல்கிறான் வண்டுக் கதாநாயகன்.

இப்போது திகைப்பு அவளுக்கு. கரிய நிறத்தில், உரிய உருவத்தில் தன் கையில் இருந்தது சுவை மிகுந்த நாவல் பழம்தான் என்று நினைத்தி-ருந்த அவள், நாவல் பழம் பறக்குமா என்று வியக்கிறாள். ஒருவேளை வண்டைத்தான் நாம் நாவல் பழமென எண்ணிக் கொண்டோமோ என நினைக்கிறாள். இது என்ன புதுமை என சிலிர்க்கிறாள். இப்படியொரு காட்சியை நமக்குக் காட்டுகிறது விவேகசிந்தாமணி. எழுதியவர், எழுதப்-பட்ட காலம் ஏதும் அறியப்பெறாத ஒரு மர்மமாக இருக்கும் நூல் இந்த விவேகசிந்தாமணி. அதுசரி, அமுதத்தை யார் உருவாக்கினால் என்ன? அள்ளிப் பருகுவது நமது வேலை.

இதோ பாடல்-

தேனுகர் வண்டு மதுதனை யுண்டு
தியங்கியே கிடந்ததைக் கண்டு
தானதைச் சம்பு வின்கனி என்று
தடங்கையில் எடுத்துமுன் பார்த்தாள்!

வானுறு மதியம் வந்ததென் றெண்ணி
மலர்க்கரம் குவியுமென் றஞ்சிப்
போனது வண்டோ பறந்ததோ பழந்தான்
புதுமையோ இதுவெனப் புகன்றாள்!

-விவேகசிந்தாமணி
(பாடல் 19)

3

உடைமை

மாலை நேரத்தில் வானம் சிவந்து கிடப்பது போலவே, பல்லாயிரக் கணக்கான வீரர்களின் ரத்தம் பாய்ந்து மண்ணும் சிவப்பேறிக் கிடக்கிறது. குளத்தில் இதழ் மூடும் தாமரைகளைப் போலவே, களத்தில் உயிர் நீத்த வீரர்களின் விழித் தாமரைகளும் மூடிக் கிடக்கின்றன. தெருவில் கேட்பாரற்றுக் கிடக்கும் மலர்களைப் போல, வீரர்களின் விலையுயர்ந்த அணிகளும் சிதறிக் கிடக்கின்றன. கொடுமை என்று பதிவு செய்யும்படி- யாக போர் நடந்தேறிய மண்ணில் கூரான ஈட்டி பாய்ந்து வீரன் விழும் தருணத்தில் அவள் களத்திற்குள் நுழைகிறாள்.

யார் அவள்? நாட்டின் போருக்காக முதல்நாள் தந்தையையும், அடுத்த நாள் கணவனையும் அனுப்பி இழந்து, மூன்றாம் நாள் போர்ச்சங்கிற்காக தன் மகனைத் தயார் செய்தாளே வீரத் தமிழச்சி ஒருத்தி, அவளது வழியில் வந்தவள். உயிரையும் உடலையும் விட, உணர்வும் மானமும் பெரிதென நினைக்கும் தமிழ்க்குல மகள் ஒருத்தி அந்தக் கொடும் போர்க்களத்திற்குள் நுழைகிறாள். சூரியன் வேலை முடிந்து சாய நிலவு வருவாளே, வாழை ஆயுள் முடிந்து சாய குருத்து துளிர்க்குமே, அதனைப் போன்று அவன் சாயும் நேரத்தில் அவள் வருகின்றாள். கோரக் காளியையும் பேய்களின் ஆட்டத்தையும் மட்டுமே கண்டிருந்த அந்தப் போர்க்கள பூமி ஒரு பூவைப் பார்க்கிறது. அவள்தான் அந்த வீரனின் மனைவி.

காதலில் உடைமை கொண்டாடுவதும், உடைமையாய்க் கொண்டாடப்படு-
வதும் தனி அழகு. இங்கும் அந்த எண்ணம் உந்திச் செலுத்தவே அந்-
தப் பெண் போர்க்களம் புகுந்திருக்கிறாள். மார்பில் ஈட்டி பாய்ந்து தன்
கணவன் உயிரிழப்பான் என்று அவளுக்குத் தெரிந்திருக்கிறது. அப்படி
நடந்து அவன் மண்மீது விழுந்தால், ஒருவேளை மண் என்னும் பெண்
அவனுடன் சேர்ந்து விடுவாளோ என்ற அச்சம் அவளுக்கு. அதனா-
லேயே போர்க்களம் புகுந்த காதல் மனைவி, வீரன் விழும் நேரம் சரி-
யாக அவனைத் தன் மடியில் ஏந்திக் கொள்கிறாள். அவன் இறக்-
கும்போதும் தன்னை அன்றி பிற மகளிருடன் இணையவில்லை என்று
இருமாந்தபடி, இணையின் உயிர் பிரிவதை ஏற்கிறாள்.

மறுகணம் மற்றொரு திகைப்பு அவளைப் பற்றிக் கொள்கிறது. இத்தகைய
வீரப் போர் புரிந்து வீர சொர்க்கம் செல்லும் தன் கணவனை வரவேற்க
வேண்டுமே என்று நினைக்கிறாள். அவனது உயிரின் கடைசிச் சொட்டு
விழுந்து கரையும் முன்பே, கணவனை மடியில் ஏந்திய வண்ணமே தன்
உயிரைத் துறக்கிறாள் அந்தப் பத்தினி. மண்மகள் உடைமை ஆகி விடு-
வானோ என்று மடியில் தாங்கிய மனைவி, விண்மகளிர் உடைமை கூறி
விடுவார்களோ என்று அஞ்சி, தன்னுயிர் நீத்துத் தரையில் விழுகிறாள்.
காதல் எதையும் சாத்தியமாக்கும் என்று சொல்கிறார்களே அப்படி ஒரு
காட்சியைக் காட்டுகிறது போர்க்கள இலக்கியமான செயங்கொண்டார்
எழுதிய கலிங்கத்துப் பரணி.

இதோ பாடல்-

தரைமகள்தன் கொழுநன்தன் உடலம் தன்னைத்
தாங்காமல் தன்னுடலால் தாங்கி விண்நாட்(டு)
அரமகளிர் அவ்வுயிரைப் புணரா முன்னம்
ஆவிஒக்க விடுவாளைக் காண்மின் காண்மின்!

-செயங்கொண்டார்
(கலிங்கத்துப்பரணி, பாடல் 483)

4

வியப்பு

யமுனைக் கரையில் இருக்கும் சோலை ஒன்றுக்கு கண்ணனும் அர்ச்-சுனனும் தங்கள் காதலியருடன் செல்கிறார்கள். தங்கள் காதலை விடப் பூமியில் அதிசயம் வேறொன்று இல்லை என்று காதலர்களுக்கு நினைப்பு இருக்குமாம். அந்த நினைப்போடே செல்லும் அவர்களை அதிசயிக்க வைக்கிறது ஓர் காட்சி.

சோலைக்குச் பெண்கள் சிலர் பூப்பறிக்க வருகின்றனர். உயர்ந்த தேவ லட்சணம் கொண்ட பெண்களின் ஒவ்வொரு அசைவுக்கும் பூக்கள் மலர்கின்றன என்கிறது சூடாமணி நிகண்டு. பெண்கள் பார்த்தால் மாமர-மும், சிரித்தால் முல்லையும், பாடினால் குருக்கத்தியும், ஆடினால் புன்-னையும், உதைத்தால் அசோக மரமும், கைகளைக் கட்டி அணைக்-கக் குராவும், நட்பு கொண்டு பழக எழிலைம் பாலையும், நிந்திந்துக் கோபம் கொள்ளப் பாதிரியும், சுவைத்து உண்ண மகிழ மரமும், அவர்-களாது நிழல் பட்டாலே, சண்பக மரமும் மலர்களாகப் பூத்து மண்ணை வாசத்தால் நிரப்புகின்ற தன்மை உடையது என்று விரித்துக் கூறப்படு-கிறது. அத்தகு லட்சணமுள்ள பெண்கள், அச்சோலையில் பூக்களைப் பறிக்க வருகின்றனர்.

அது வசந்தக் காலத்தில் இளம் வெயில் அடிக்கும் மதியப் பொழுது. வானம் வெளிரிக் கிடக்கும் அந்த வேளையில் திடீரென மயில்கள் தோகை விரித்து நடனமாடத் தொடங்குகின்றன. மழையற்ற வெயில்

பொழுதில் மயில்கள் ஆடுமா? இதே கேள்விதான் தங்களைப் போலவே, இந்த நிகழ்ச்சியைப் பார்த்துக் கொண்டிருந்த காதல் ஜோடிக்கும் எழுகிறது. மெல்ல இதன் காரணமும் புரிகிறது.

பூப்பறிக்க வந்த பெண்கள்தாம் மயில்களின் விசித்திரச் செயலுக்கான காரணம் ஆகின்றனர். ஐந்தறிவே கொண்ட அந்த அழகிய பறவைகள் பெண்களால் மயங்கிப் போகின்றன. அவர்களது அடர்க்கருமைக் கூந்தல் காற்றில் ஆட, அதுதான் மழை மேகம் என்று நினைத்துக் கொள்கின்றன. அவர்களது மெலிந்த குறுகிய இடையில் வெயிலின் ஒளி பிரதிபலிப்பதை மின்னலின் ஒளி என்று எண்ணிக் கொள்கின்றன. அந்த மயில்களுக்குப் பளிச்சிடும் பெண்களின் பற்கள் முல்லை மலர்களாகவும், கூரான மூக்கு குமிழ்ப்பூவாகவும், கைகள் காந்தள்களாகவும் தெரிகின்றன. அப்பெண்களின் மார்பைத் தழுவிக் கிடக்கும் முத்து மாலையை வெள்ளி அருவி விழுவதாகக் கருதிய மயில்கள், கார்காலந்தான் வந்தது என மயிர் சிலிர்த்துத் தோகை விரிக்கின்றன. தமக்காகவே வேனில் கார்காலம் ஆனதாக எண்ணி மயில்கள் ஆடும் அழகைப் பார்த்த காதல் ஜோடி பார்த்துச் சிலிர்க்கிறது. இந்த அதிசயக் காட்சியை வில்லிபாரதம் நூலில் நமக்காக விரித்துக் காட்டியவர் வில்லிப்புத்தூரார்.

இதோ பாடல்-

கொண்டலெழ மின்னுடங்கக் கொடுஞ்சாபம் வளைவுறச்செங் கோபந் தோன்ற,
வண்டளவு நறுங்குமிழும் வண்டணிகாந் தளுமலர மலைக டோறும்,
தண்டரள வருவிவிழத் தையலார் வடிவுதொறுஞ் சாயற் றோகை,
கண்டுநமக் கிளவேனில் கார்கால மானதெனக் களிக்கு மாலோ.

-வில்லிப்புத்தூரார்
(வில்லிபாரதம், .வசந்த காலச் சருக்கம், பாடல் 726)

5

அகந்தை

மாலை வேளை, அழகான செவ்வானத்தை உண்டாக்கித் தனக்கு நிகர் யாரும் இல்லை என்பது போல விரிந்து சிரித்துச் சிலிர்த்துக் கொண்-டிருக்கிறது. வானை முட்டிக் கிழிக்கும் அளவுக்கு, மண்ணில் தனக்கு நிகராக யாரும் இல்லை என்பது போல, அவ்வளவு பெரிதாய் உயர்ந்து ஓங்கி நின்றுகொண்டு இருக்கிறது அவன் அரண்மனை. மேகங்கள் வந்து தூங்கும் மலையினைப் போன்று இருக்கும் அந்த அரண்மனைக் கோபுரத்தில் மயிலினமும் குயிலினமும் கொஞ்சிக் குலவிக் கொண்டி-ருக்கின்றன.

அப்படிப் பட்ட அந்த மாலை நேரத்தில் அந்த அழகான மாளிகைக்கு உள்ளே கோபக் கனல் கொழுந்து விட்டு எரியும் கண்களோடு எவ்-வுலகத்திலும் தனக்கு நிகர் ஒருவனும் இல்லை எனும் ஆணவத்துடன் அந்த அரக்கன் நின்று கொண்டிருக்கிறான். எந்த இடமானாலும் சரி, எத்தகைய நேரம் என்றாலும் சரி, அது யாராக இருந்தாலும் சரி 'தான்' என்றோ 'தனக்கு நிகரில்லை' என்றோ ஆணவம் தலை தூக்கும் நேரத்-தில் அந்த ஆணவம் அடியோடு அழிக்கப்பெறும். இது எங்கும் விதிவி-லக்கன்று.

அத்தகு ஆணவப் பிரதேசத்திலே, தனது பிடரி மயிர் காற்றில் அக்னி ஜ்வாலைபோலப் பறக்கச் சிங்கம் ஒன்று வானைப் பிளக்கும் இடியினை ஒத்த கர்ஜனை செய்துகொண்டு இருக்கிறது. அந்தச் சிங்கத்தின் நகங்-

கள் அத்தனையும் ஈரமற்றுக் காய்ந்து மிகவும் வலிமை பொருந்திய வைரம் போல மின்னுகின்றன. அது ஒரு மானிடச் சிங்கம். அதாவது சிங்கத் தலை கொண்ட மனிதன், அல்லது மனித உடல் கொண்ட சிங்கம். தனது வாயில் ஏழு உலகங்களையும் காட்டியபடி கர்ஜித்துக் கொண்டும் சிரித்துக் கொண்டும் இருக்கிறது.

காலன் எனப்படும் எமதேவனும் அஞ்சும் படிக்கான வீரிய மூச்சுடனும் வந்த அந்தச் சிங்கம், எதிர்த்து நின்ற அரக்கனின் சேனை அத்தனை- யையும் தூள் தூளாகச் சிதற வைத்துவிட்டுக் கர்ஜித்துக் கொண்டிருக்கி- றது. அது பகலும் அல்லாத இரவும் அல்லாத ஒரு அந்திப் பொழுதில், உள்ளும் அல்லாத புறமும் அல்லாத வாயிற் படியில், தனது நகமெனும் ஆயுதத்தால் அவ்வரக்கனை அழிக்க வருகின்றது.

அச்சிங்கம், தனது மடியில் அவனைக் கிடத்தி அழகிய வேலைப்பாடுகள் மிக்கு காட்சி அளிக்கும் அந்த அரண்மனையினது வாயில் நிலையில் அமர்ந்துகொண்டு கர்ஜித்துக் கொண்டிருக்கிறது. பூமியும் வானிலும் அல்லாது தனது மடியில் கிடத்திக் கொண்டு கர்ஜனை செய்துகொண்டு இருக்கிறது. அங்கு எட்டு திக்கும் குருதி பீறிட்டுப் பாய அவனது மார்பி- னைக் கிழித்து உயிரைக் குடிக்கின்றது. அந்த நேரத்தில் தேவர்களுக்கும் வெல்ல முடியாத சிம்ம சொப்பனமாய்த் திகழ்ந்த, பக்தப் பிரகலாதனின் தந்தை, திண்தோள் பொருந்திய இரணியனது இரும்பினை ஒத்த மார்பு கிழிக்கப் படுகிறது. அது வந்த சிங்கமூர்த்தியின் வைர நகங்கள் பட்டுக் கிழியும் வேளையில் அக்னி ஜ்வாலை புறப்பட்டு வேள்வி போல எழுந்து கொண்டிருக்கிறது. அவன் நரசிங்க மூர்த்தியான நாரணனின் நகத்தால் மாண்டு விழுகிறான். தான் தனதென்று நடந்து கொண்டிருந்த வானம் இருளையும், கோபுரம் வெறுமையையும், இரணியன் அழிவையும் தேடிக் கொள்கிறார்கள்.

ராம காதையை எழில்பட உரைக்கும் கம்பர் தனது காவியத்தில் காட்டிய காட்சி இது. வடமொழியில் முதலில் எழுதப்பட்ட ராமாயணம், தமி- ழில் கம்பராமாயணம் என்னும் பெருங்காவியமாக உருவெடுத்தது. தமிழ் மரபுக்கேற்ற பெருங்காவியமாக இதுகாறும் புகழப்பட்டு வரும் பொக்கி- ஷம் கம்பராமாயணம்.

பாடல்:

ஆயவன் தன்னை மாயன்,
அந்தியின், அவன்பொன் கோயில்
வாயிலில், மணிக்க வான்மேல்
வயிரவாள் உகிரின் வாயின்,
மீயெழு குருதி பொங்க
வெயில்விரி வயிர மார்பு
தீயெழப் பிளந்து நீக்கித்
தேவர்தம் இடுக்கண் தீர்த்தான்!

-கம்பர்
(கம்பராமாயணம், யுத்த காண்டம், பாடல் 6452)

6

அழகு

நாரதன் வானுலகுக்குச் செல்கிறான். அங்கே அவன் தான் ஊடகம், செய்தியாளன், இணையதளம் எல்லாம். இப்போதிருக்கும் ஊடகங்களுக்-குச் சற்றும் சளைக்காத முன்னோடி நாரதன், நேரே இந்திர லோகத்தில் தேவேந்திரன் ஆட்சி புரியும் திருச்சபைக்குள் நுழைகிறான். மலை முக-டுகளில் படுத்துறங்கி ஒய்யாரம் கொள்ளும் மேகங்களே இந்திர லோகத்-தின் கால்மிதி, கம்பளம் உள்ளிட்டவையாய் இருக்கின்றன. அதில், வெண் புகை மூட்டத்திற்கு மத்தியில் காவி நிறமாய் நுழைகிறான் அந்-தக் காரியவான்.

பிரம்மாவின் மகன், விஷ்ணுவின் பக்தன், மகா புத்திமான், ரிஷி ஆகிய நாரதனுக்கு இந்திர லோகத்தில் சகல மரியாதைகளுடன் கூடிய வரவேற்பு வழங்கப்படுகிறது. அவையில், ஒருபுறம் அக்னி தேவன், மறு-பக்கம் வாயு தேவன். இருவரும் ஆழ்ந்த சிந்தனையில் இருக்கிறார்கள். அடிக்கடி இந்திரலோகம் வாரா எமனும் அன்று அங்கே தேவேந்தி-ரனோடு பேச வந்து ஓர் இடத்தில் நின்றுகொண்டு இருக்கிறான். நார-தனுக்கு அவர்கள் குழப்ப மனநிலை நல்லதாகப் பட்டதால் தான் வந்த நோக்கத்தைக் கூறுகிறான்.

"விதர்ப்ப நாட்டு அரசன் வீமனின் மகளுக்குச் சுயம்வரம் நடக்கிறது. பூமியில் உள்ள அரசர்கள் எல்லாம் அவளுடைய மாலையைப் பெறும் ஆசையுடன் விதர்ப்ப நாட்டை நோக்கிப் படையெடுத்து உள்ளார்கள்"

என்று விண்ணவர்களின் ஆசைக்கு வித்திடுகிறான் நாரதன். கேட்ட-வர்கள், அவளென்ன அத்தனை பேரழகியா என்று நினைக்கிறார்கள். அதைக் குறிப்பால் உணர்ந்த நாரதன், கலமூட்டும் வேலையைக் கடமை-யாய்த் தொடங்குகிறான்.

"நண்பர்களே! அவளைச் சாதாரணமாக நினைத்துவிடாதீர்கள். அவள் மிகவும் இளைத்தவள்" என்று சொல்லி பூடகமாக சிரிக்கிறான். மரச் சுள்ளிகளைச் சுமந்து குறத்தியர்கள் இளைப்பதுண்டு, பால்குடம், நெற்ப-யிர்களைச் சுமந்து ஆயர்கள் இளைப்பதுண்டு. அவளோ விதர்ப்ப நாட்-டின் இளவரசி, அவள் எதற்காக எதையோ சுமந்து இளைக்க வேண்-டும்? அவளுக்கு அதற்கான தேவையே இல்லையே என்று நம்மைப் போலத்தான் தேவர்களும் கேள்வி நிறைந்த முகத்துடன் நாரதனைப் பார்க்கிறார்கள்.

அதற்கு மீண்டும் சிரிப்பை உதிர்க்கும் நாரதன், அவள் அழகைச் சுமந்தே இளைத்தவள் என்கிறான். அவள், அழகைச் சுமந்தே இளத்து-விட்டாளாம். அப்படி ஒரு அழகியாம். வெறும் உடலழகு மட்டும் அல்ல, உள்ளத்தில் இருக்கும் உயர்ந்த குணங்களிலும் அவள் அழகானவள் என்கிறான் நாரதன். ஆ! என வியந்த தேவர்களின் ஆசைக்கு மேலும் தூபம் போடப்படுகிறது இப்படி.

"தேனைத் தேடித் திரிகின்ற வண்டுகள் அவளது கூந்தல் மணம் நுகர்ந்து, அதுவும் மலர் தானோ என்று தேடும் அளவு லட்சணம் பொருந்திய பெண் அவள். அது மட்டுமல்ல! இளமையான யானை-களைத் தன் செல்வமாக வைத்திருக்கும் வீமன் என்னும் அரசனது மரபிற்கு அவள் அணையா விளக்கு போல ஒளி தரும் சிறப்புடையவள். அதுமட்டுமா? மன்மதனின் செல்வமாகிய ஆசைக்கே அவள்தான் பாது-காவல். அவளே 'தமயந்தி'. அவளுக்குத்தான் சுயம்வரம்" என்று ஆசையூட்டுகிறான்.

"அழகு சுமந்து இளைத்த ஆகத்தாள்" என்ற ஒரு வரியில் அத்தனைக் கவித்துவத்தையும் பொதித்து வைத்தவர் வெண்பாவுக்கு உயர் புகழேந்திப்

புலவர்.

இதோ பாடல்-

அழகு சுமந்திளைத்த ஆகத்தாள்! வண்டு
பழகு நறுங்கூந்தல் பாவை - மழகளிற்று
வீமன் குலத்துக்கோர் மெய்த்தீபம் மற்றவளே
காமன் திருவுக்குக் காப்பு!

-புகழேந்திப் புலவர்
(நளவெண்பா, சுயம்வரக் காண்டம், பாடல் 72)

7

கனவு

"கோட்டை மதில்களை முட்டித் தகர்க்க வல்லனவாய், இரு பெரிய தந்-தங்களைக் கொண்டனவாய்க் களமாடி வீடு புகுந்து இருக்கும் வைக்-கோல் போரினை ஒத்தனவாய்க் காட்சி தருகின்றன யானைகள். ஆம்! யானைகள் தான், ஒன்றா இரண்டா ஆயிரம் யானைகள். ஊர் நகர்ந்து வருவது கண்டிருப்போம், உலகமே நகர்ந்து வருவது போலத்தான் வரு-கின்றன அவ்வாயிரம் யானைகளும். சொல்லும் பொழுதே எப்படி ஆச்-சர்யத்தில் நாம் வாய் பிளக்கிறோம், அதனைப் போலவே அவையும் வாயைப் பிளந்துகொண்டு பிளிறிய படியே வருகின்றன. ஒன்றன்பின் ஒன்றாகப் பிளிறலே புதுவித ராகத்தை உண்டு பண்ண அவ்வானைகள் வருகின்றன. அத்தனையும் என்னை நோக்கி வருகின்றன.

அந்த யானைகள் ஆயிரமும் சூழ்ந்து அவனைச் வலம் வருகின்றன. சூரியனைச் சுற்றும் கோள்களைப் போன்று, தண்ணீரில் கல்லெறிந்தால் உருவாகும் சுழலினைப் போன்று, மலரினை ரீங்காரமிடும் தேனீக்கள் சுற்றுவதைப் போன்று அந்த ஆயிரம் யானைகளும் அவனைச் சுற்றிச் சூழ்ந்து வருகின்றன. அவற்றிற்கெல்லாம் மத்தியில் அவன் வருகிறான். யார் அவன்? என் நெஞ்சைக் கொள்ளை கொண்ட மாயன். ஒரு ஆயன். காதல் நேயன். மனத் தூயன். இசைப்பதில் அவன் வேயன். ஆம், என் நாரண நம்பி தான் அங்கே வருகின்றான்.

எனக்கு எதிரே ஒளி பொருந்திய கண்களில் என்னை வீழ்த்தும் காந்தம

பொருத்திக் காதல் பார்வை வீசுகிறான். நாண மதுவில் எனது உயிர் தள்ளாடித் ததும்பத் ததும்ப எதிர் நோக்கி என்னை வீழ்த்த வந்து- கொண்டே இருக்கின்றான். இவ்வாறு இவன் ஒருபுறம் என்னை வீழ்த்த வருகையில், மறுபுறமோ அவன் வருகைக்காக, அவனோடு எனக்கு நடக்க இருக்கும் வதுவைக்காக பொன்னால், தமது இல்லங்களை அலங்கரித்துக் கொண்டே இருக்கின்றனர் ஊர் மக்கள். அப்படி அவர்- கள் அழகு படுத்திய வாயில்கள் எங்கும் பூந்தோரணம் கட்டிப் பூஞ்சொ- லையையினைப் போன்ற எழில் அமைகின்றன.

இப்படியொரு தோரணப் பந்தலின் கீழ் என் காதலனான கண்ணன் என்- றன் எழில்கரம் பிடித்து என்னை மணக்க வருகிறான். மேடையில் எங்- கள் திருமணத்திற்காக பூரணகும்ப கலசம் வைத்து பூஜை நடக்கிறது. யானோ மணப்பெண் கோலத்தில் மணவறையில். நீல வண்ணமான தோலுடன், மஞ்சள் நிற உடைகள் அணிந்து, பொன்னால் ஆன கிரீ- டமும், அணிகலன்களும் மின்ன அங்கே சூரியன் போல அவன் வரு- கின்றான்.

இவை எல்லாம் என் கனவில் நிகழ்கின்றன. நான் இப்படி எல்லாம் கனாக் கண்டேனடி தோழியே! சூடிக் கொடுத்த ஆண்டாளான நான் நேற்றிரவு இப்படியொரு கனவினைக் கண்டு உள்ளம் முழுதும் களி கொண்டு ஆனந்த நிலையினை அடைந்தேனடி தோழியே"

என்று கோதை நாச்சியார் ஆண்டாள் எழுதிய டைரிக் குறிப்பைக் கண்- டீர்களா? என்ன வியப்பு! அவளது கற்பனையின் உச்சம். பன்னிரண்டாம் ஆழ்வாரான ஆண்டாள் நாச்சியரின் 'நாச்சியார் திருமொழி' முழுவ- துமே இதுபோன்ற காதலும் கற்பனையும் கவிதையும் நிறைந்த பொக்கி- ஷம். பக்தியில் காதலைக் குழைத்துத் தமிழில் இட்டுவிடுகின்ற சந்தனம். அமிர்தம்.

இதோ பாடல்

வாரண மாயிரம் சூழவ லம்செய்து
நாரண நம்பி நடக்கின்றா னென்றெதிர்

பூரண பொற்குடம் வைத்துப் புறமெங்கும்
தோரணம் நாட்டக் கனாக்கண்டேன் தோழீநான்

-ஆண்டாள்
(நாச்சியார் திருமொழி, பாடல் 53)

8

பசி

––––––❦––––––

கண் திறக்காத, சாய்ந்த காதுகளை உடைய நாய்க் குட்டிகள் பால் வேண்டித் தாய் நாயை முட்டுகின்றன. ஆனால், பால் சுரக்கக்கூட தெம்பில்லாத தாய் நாய் கல்நெஞ்சுடன் மடியை முட்டும் குட்டிகளைத் தள்ளிவிட்டு. அதை அறியாமல் நாயின் காம்புகளைக் குட்டிகள் கடித்து உறிஞ்சுகின்றன. இதனால் வலி உண்டாகித் தாய் நாய் ஊளையிடுகிறது.

அந்த நாய் இருக்கும் வீட்டின் மேற் பரணில் கரையான் படிந்திருந்த கம்புகள் எப்போது வேண்டுமானாலும் விழலாம் என்ற நிலைமையில் இருக்கிறது. வீட்டில் பழைய சுவரின் விரிசல் விளிம்புகளில் காளான்கள் மட்டும் செழிப்பாக நிமிர்ந்து வளர்ந்து கொண்டிருக்கின்றன. மற்றபடி எல்லாம் அந்த வீட்டில் வறுமையால் மெலிந்து, வருந்திக் கிடக்கின்றன. யார் வீடு இது? நல்லூர் நத்தத்தனார் என்னும் புலவரின் வீடு. சேர்ந்தே இருப்பது வறுமையும் புலமையும் என்ற கூற்றை மெய்ப்பிக்கும்படியான நிலைமை.

பசியின் தாக்கம் மிகவே அந்த வீட்டில் மெல்லிய இடை கொண்ட அவரது மனைவியும் உடல் மெலிந்து நொந்து வருத்தத்தில் இருக்கின்-றாள். அவள் தனது கைகளில் மிகவும் தேய்ந்த ஒற்றை வளையை அணிந்திருக்கிறாள். அந்த மெல்லிடையாள் தனது கூர்மையான நகங்-களைக் கொண்டு காளான்கள் பூத்திருந்த குப்பைகளைக் கிளறி அதிலே

அங்கங்கு முளைத்திருக்கும் குப்பைக் கீரைகளைத் திறம்பட ஆராய்ந்து பொறுக்கி எடுக்கிறாள். பசியால் தவிக்கும் குடும்பத்திற்கு அந்தக் குப்பைக் கீரைகளையாவது சமைக்கலாம் என்று எண்ணி அவற்றை நீரிலிட்டு வேக வைக்கிறாள். நடுவே ஏதோ நினைவு வந்தவளாய் வீட்டின் கதவுகளையும் ஜன்னல்களையும் வெடுக்கென மூடுகிறாள். ஏன்? உப்பில்லாப் பண்டம் குப்பையிலே என்னும் வாசகத்தின்படி இவள் சமைக்கும் உப்பில்லாக் கீரையைக் கண்டு அக்கம் பக்கத்தினர் நகைத்துவிடக் கூடுமே என்று. அப்படிக் குலமானம் கெடாமல் சமைத்து முடித்துத் தனது சமையலை வீட்டின் உறவினர்களுடன் பங்கிட்டு உண்ணத் தொடங்குகிறாள்.

மானம், குலம், கல்வி, வல்லாண்மை, அறிவு, தானம், தவம், உயர்ச்சி, முயற்சி, காதல் ஆகிய பத்தையும் மறக்க வைக்கும் பசியின் கொடுமையால் ஆட்கொள்ளப்பட்ட அவள், கன்னங்கள் சிவக்க, மௌனமாக அழுகிறாள். ஆனால், அவளது கணவனோ எதிர்த்திசையில் யானையின் மீது வருகிறான்.

தன் வீட்டு வறுமை நிலைமையை மாற்றிய அரசன் நல்லியக்கோடனின் பட்டத்து யானையின் மீது, பற்பல பரிவாரங்கள் பரிசில்கள் புடை சூழ புலவர் வந்து கொண்டிருக்கிறார் நல்லூர் நத்தத்தனார். வழியில், நல்லியக்கோடனின் உயர்வுகளைக் கூறி, சிறிய செங்கோட்டு யாழினைக் கொண்ட பாணன் ஒருவனையும் அவனிடம் ஆற்றுப் படுத்துகிறார். பெரும் புலவர், சிறிய யாழ் கொண்ட பாணனை ஆற்றுப் படுத்தும் சிறுபாணாற்றுப்படை சொல்லும் காட்சி இது.

இதோ பாடல்-

திறவாக் கண்ண சாய்செவிக் குருளை
கரவாப் பால்முலை கவர்தல் நோனாது
புனிற்றுநாய் குரைக்கும் புல்லென் அட்டில்
காழ்சோர் முதுசுவர் கணச்சிதல் அரித்த
பூழி பூத்த புழல்கா எளாம்பி ஒல்குபசி
உழந்த ஒடுங்குநண் மருங்குல் வளைக்கைக்

கிணைமகள் வள்ளுகிர்க் குறைத்த குப்பை
வேளை உப்பிலி வெந்ததை மடவோர்
காட்சிநாணிக் கடைய டைத்து இரும்பேர்
ஒக்கலொடு ஒருங்குடன் மிசையும் அழிபசி
வருத்தம் வீடப் பொழிகவுள் தறுகண்
பூட்கைத் தயங்குமணி மருங்கின் சிறுகண்
யானையொடு பெருந்தேர் எய்தி
யாமவண் நின்றும் வருத்தும்...

-நல்லூர் நத்தத்தனார்
(சிறுபாணாற்றுப்படை)

9

எச்சரிக்கை

காலை மலர்ந்த கொஞ்ச நேரத்திலேயே திருமண வீடு மக்கள் கூட்-டத்தால் களை கட்டிவிட்டது. கூட்டம் கூட்டமாய் மக்கள் அமர்ந்து பேசும் ஒலி, மங்கல வாத்தியங்களுடன் போட்டி போட்டுக் கொண்டிருக்-கிறது. அதற்கு நடுவே பெண்கள் குழுமி இருக்கும் ஒரிடத்தில் தலைவி அமர்ந்திருக்கிறாள். முகம் தரையை நோக்க, கண்கள் அவள் கால்-களை நோக்க நாணமா சோகமா என்று சொல்ல முடியாதபடி அவள் அமர்ந்திருக்கிறாள். தலைவின் தோற்றத்தைக் கண்ட அங்குள்ள பெண்-கள் அவளை வம்புக்கு இழுத்துக் கிண்டல் செய்கிறார்கள். ஆனால் அதையெல்லாம் காதில் வாங்காமல் அவள் காத்திருக்கிறாள். யாருக்கு? அவளது தோழிக்காக காத்திருக்கிறாள்.

இன்னொரு பக்கம், தலைவியை இரவில் சந்தித்துவிட்டு புறப்பட்ட தலைவனை வழியில் மறித்துப் பேசிக் கொண்டிருக்கிறாள் தோழி. இவள் எதற்கு இங்கு வந்தாள் என்று தலைவன் வியந்து நிற்க, தலைவனை எச்சரிக்கும் பார்வையுடன் தோழி பேசுகிறாள்.

"இறால் மீனின் சுரசுரப்பும், சுரா மீனின் முட்களும் கொண்டதுபோல் அங்கே திருமண நிகழ்ச்சியில் தாழம்பூ மலர்ந்திருக்கிறது. பருவப் பெண் போல் தலை சாய்ந்து மலர்ந்திருக்கும் அந்தப் பூவின் மணம், உப்புக் காற்றின் நெடிக்கு நடுவே தனித்த நறுமணமாய் இருக்கிறது. என் தலை-வனே! உன் தலைவியும் அங்கே அப்படித்தான் பெண்களின் கேலி

கிண்டல் என்னும் உப்புக் காற்றுக்கு நடுவே, நாணம் கொண்டு தாழம்பூ-வாய் மலர்ந்திருக்கிறாள். அவளது தோற்றம் யானைகளின் கூட்டத்தில் பெண் மான் ஒன்று நிற்பது போல் தெரிகிறது. இதற்கெல்லாம் காரணம் நீ. அவளைக் களவில் மட்டுமே கண்டு காதலித்துப் பிரிந்து செல்கிறாய். அது ஊர் மக்களுக்குத் தெரிந்து அவளை அவர்கள் அலர் தூற்று-கிறார்கள். அதனால் அவள் சோகமும் நாணமும் கொண்டிருக்கிறாள். இது இப்படி இருக்க, நீ இந்த முறையும் அவளை மணம் செய்வதாய் உறுதி மட்டும் கொடுத்து நகர்ந்துவிட்டாயே இது சரியா?"

தலைவனை நோக்கிய அவளது கேள்விகள், அவன் தன் குதிரையின் முதுகில் உதைத்ததை விட வலிமை உடையதாய் அவன் மனத்துக்குள் விழுகிறது.

"உப்புக்காற்றின் நடுவே தாழம்பூ எத்தனை நாள் தன் நறுமணத்தைத் தக்க வைத்துக்கொள்ள முடியும் என்பதை சிந்தித்துப்பார் தலைவனே! அவள் வாழ்வும் அப்படித்தான் இருக்கும் நீ வந்து சேரும் வரை!" என்று சொல்லிவிட்டுத் தனக்காக் காத்திருக்கும் தலைவியின் திசை நோக்கி நடக்கிறாள் தோழி. தலைவனை இப்படிக் கல்யாணத்திற்கு வற்புறுத்தி தன் தலைவியின் மானத்தைத் தோழி காக்கும் காட்சி நற்றிணை நமக்-குக் காட்டுவது. பெண்ணின் மனநிலையைப் பெண்ணே அறிவாள் என்று சொல்லப்படுவதுபோல் இந்த அரிய காட்சியை நமக்கு அளித்திருப்பதும் பெண்பால் புலவரான நக்கண்ணையார்.

இதோ பாடல்-

இறவுப் புறத்தன்ன பிணர்ப்படு தடவுமுதல்
சுறவுக் கோட்டன்ன முள்ளிலைத் தாழை,
பெருங்களிற்று மருப்பினன்ன அரும்பு முதிர்பு,
நல்மான் உழையின் வேறுபடத் தோன்றி,
விழவுக் களம்கமழும் உரவுநீர்ச் சேர்ப்ப!
இனமணி நெடுந்தேர் பாகன் இயக்க,
செல்இய சேறி ஆயின், இவளே

வருவை ஆகிய சில்நாள்
வாழாளாதல் நற்கு அறிந்தனை சென்மே!

-நக்கண்ணையார்
(நற்றிணை, பாடல் 19)

10

புகார்

தமிழ் வளர்த்த புகழ் கொண்ட மதுரை நகரில் அன்றைக்கு பெருமழை. அப்படியொரு மழையை அந்த நகரம் அதுவரை கண்டதில்லை. கடல் முழுவதையும் குடித்து முடித்த மேகங்கள், மதுரைக்கு வந்து கொட்டித் தீர்த்தனவோ என்று எண்ணும்படிக்கான மழை. அந்த மழையில் ஊருக்-குள் உள்ள நீர்வழித்தடங்கள் அனைத்தும் நிரம்பின. குறிப்பாக, மதுரை-யின் செல்ல மகள் வைகை, கரைகளை உடைத்துக் கடலை அடையும் காதலுடன் நகரம் முழுவதும் பாய்கிறாள்.

கூட்டுக் குடித்தனங்களாய் வாழும் பகுதிகளில் குழந்தைகள் விளையாட்-டும், அவற்றைப் பற்றிய புகார்களும் அழகல்லவோ. அப்படி, வைகை சென்று விளையாடிய வீட்டுக் காரர்கள் எல்லாம் புலம்பிப் புகார் கூறி அரற்றுகிறார்கள். அப்படி என்னென்ன செய்தாள் வைகைப் பெண்?

செழுங்கழுநீர் மலர்கள் பூத்து அழகாக சிரித்துக் கொண்டிருந்த குளத்-திற்குள் புகுந்து, அதன் நீர் மட்டத்தை அதிகரித்து விடுகிறாள். அதனால் வீடுகளுக்குள் தண்ணீர் சூழ, இதை எண்ணி நகர மக்கள் அவள் மீது புகார் கூறுகிறார்கள். ஆனால் இதைக் காதில் வாங்கிக் கொள்ளாத விளையாட்டு வைகை மேலும் நகர்கிறாள். அப்போது அங்கு வந்த இளம்பெண்கள், தாங்கள் பொழுதுபோக்கவும், கலைநயம் காட்டவும் கட்டி வைத்திருந்த மணல் வீடுகளை வைகைச் சிதைத்து விட்டதாக அழுது கொண்டே குற்றம் சாட்டுகின்றனர்.

அதற்கும் ஓட்டத்தையே பதிலாகக் கூறும் வைகைப்பெண், வயல் வெளிக்குள் புகுந்து நெல் மணிகளை மொத்தமும் அணைத்து அமிழ்த்திவிட்டுச் செல்கிறாள். இதை எண்ணி விவசாயிகள் வேதனை கொள்கிறார்கள். இதற்கெல்லாம் காரணம் வானத்தில் ஓட்டை விழுந்த மேகங்கள் உலவுவதுதான் என்று ஊர்மக்கள் பறை அடிக்கிறார்கள். பாணர், விரலியரின் சேரிகளை நகர்ப்புறத்துடன் கலந்தடித்து சமத்துவத்தைச் செய்துகொண்டே வைகை நகர்கிறாள். இடைவிடாத மழையுடன் அவள் நகர்வதால், வயல் வரப்பில் வாழ்ந்திருந்த வாளை மீன்கள், பனை மரங்களில் ஏறி அதன் பாளைகளை உண்டுவிட்டன என்றும் விவசாயிகள் ஆத்திரம் அடைகிறார்கள்.

இப்படியெல்லாம் ஊர்மக்கள் புகார் கூற, அவள் மட்டும் ஊரை முழுவதுமாய்த் தன் அன்பால் அணைத்துக்கொண்டு கடைசியாக கடலில் சேர்ந்துவிடுகிறாள். இந்த வெள்ள வரலாறு அதே ஈரத்துடன் பதிவாகியிருப்பது பரிபாடல் என்னும் சங்க இலக்கியத்தில். இதில் வெள்ளத்தைக் குறைகூறும் மக்களின் புலம்பலே கற்பனைக்கு இனிய காட்சியாகிறது.

இதோ பாடல்-

கவிழ்ந்த புனலின் கயம் தண் கழுநீர்
அவிழ்ந்த மலர் மீதுற்றென, ஒருசார்;
மாதர் மடநல்லார், மணலின் எழுதிய
பாவை சிதைத்தது' என அழ, ஒருசார்;
'அகவயல் இள நெல் அரிகால் சூடு
தொகு புனல் பரந்தெனத் துடி பட, ஒருசார்;
'ஓதம் சுற்றியது ஊர்' என, ஒருசார்;
'கார் தூம்பு அற்றது வான்' என, ஒருசார்;
'பாடுவார் பாக்கம் கொண்டென,
ஆடுவார் சேரி அடைந்தென,
கழனி வந்து கால் கோத்தென,
பழன வாளை பாளை உண்டென,
வித்து இடு புலம் மேடு ஆயிற்றென,

உணர்த்த உணரா ஒள் இழை மாதரைப்
புணர்த்திய இச்சத்துப் பெருக்கத்தின் துனைந்து,
சினை வளர் வாளையின் கிளையடு கெழீஇ,
பழன உழவர், பாய் புனல் பரத்தந்து,

பாடியவர் : மையோடக் கோவனார்
இசையமைத்தவர்: பித்தாமத்தர்
பண்: பாலையாழ்
(பரிபாடல்)

11

லஞ்சம்

காலையில் எழுந்து தன் வீட்டின் வாசலில் வந்து குழுமியிருந்த காக்-கைக் கூட்டத்தை அவள் நோக்குகின்றாள். ஏதோ பெரிய மாநாடு போலவும், திருவிழா போலவும் அவள் வீட்டுத் தோட்டத்தில் அன்று அத்தனைக் காகங்கள் சூழ்ந்து இருக்கின்றன. காகாகா என்று ஒரே இரைச்சலுடன் அங்கே ஏலம் நடப்பதைப் போன்ற இரைச்சல். அவற்-றையெல்லாம் அவள் கவனித்துக்கொண்டே இருக்கிறாள். கண்கள் அசையாமல் ஏதோ யோசித்துக் கொண்டிருக்கும் அந்த மூதாட்டியின் முகத்தில் ஏக்கம் மட்டுமே நாற்காலி இட்டு அமர்ந்திருக்கிறது. நீண்ட பெருமூச்சில் அந்த ஏக்கத் திரையைக் கொஞ்சம் விலக்கிக் கொண்டு காகங்களுடன் பேசத் தொடங்குகிறாள். அதில் ஒற்றைக் காகம் அவள் குரலைக் கேட்டு தலை திருப்புகிறது. அதைப் பார்த்த மெல்லிய புன்ன-கையுடன்,

"குறை ஏதும் இல்லாத சிறிய மெல்லிய இறகுகளைக் கொண்டு, மனிதர்களைப் போலவே சுற்றத்துடன் கூடி உண்ணும் வழக்கத்தைக் கொண்ட காகமே! நீ உன் குடும்பத்துடன் தினமும் இங்கே வந்து உணவு சாப்பிட தேவையான ஏற்பாடுகளை நான் செய்கிறேன். உனக்கும் நன்கு பதப்படுத்தப்பட்ட இறைச்சி கலந்த உணவைத் தங்கக் கிண்ணத்தில் வைத்து அன்புடன் படைக்கிறேன்." என்று அன்பு முகத்துடன் கூறுகி-றாள்.

"

இது காக்கைக்குப் புரியுமா என்பதெல்லாம் அவள் எண்ணத்தில் இல்லை. தனக்குக் காக்கையிடம் இருந்து வேண்டுவது ஒன்று உண்டு என்பதை மட்டும் திட்டமிட்டவள், அதைப் பெற முதலில் காக்கையை நன்கு கவனிக்க வேண்டும் என்று நினைக்கிறாள். தான் சொன்னதைக் காகம் கேட்டுவிட்டதாக உணர்கிறாள். தான் கொடுக்கப் போவதில் காகம் மகிழ்ச்சி அடையும் என்று யூகிக்கும் அவள், மேலும் பேசுகிறாள்.

"இதற்கு நீ கைம்மாறு ஒன்று செய்ய வேண்டுமே!" என்று கைகளைப் பிசைகிறாள். "ஆற்றில் பாய்ந்தோடும் நீர்ப்புனலைப் போல் கூந்தலைக் கொண்டவளாய் என் அருமை மகள் இருந்தாள். அவள், அவளாகத் தேர்ந்தெடுத்துக் கொண்ட கணவனோடு இன்பமாக வாழ்ந்து கொண்-டிருக்கிறாள். அவள், மறுவீடு விருந்துக்கு இங்கே வருகிறாள் என்று பொருள்படும் வகையில் ஒருமுறை நீ கரைய வேண்டும் காகமே!" என்று மெல்லிய குரலில் தயக்கத்துடன் சொல்லி முடிக்கிறாள்.

காகம் கரைந்தால் அந்த வீட்டுக்கு விருந்தினர் வருவர் என்ற நம்பிக்கை உண்டு. ஆனால் அது தற்செயலாக நடக்கும் ஒன்று. இங்கு, காக்-கைக்கு கறி உணவை லஞ்சமாகக் கொடுத்தேனும் அதைக் கரைய வைத்து, அதன் மூலம் பிரிந்து சென்ற தன் மகளைப் பார்த்துவிட வேண்டும் என்று ஏக்கம் கொள்கிறாள் ஒரு தாய். இந்தக் காட்சி ஐங்-குறுநூற்றில் வரும் மறுதரவுப்பத்தில் இடம்பெற்றுள்ளது.

இதோ பாடல்:

மறுவில் தூவிச் சிறுகருங் காக்கை
அன்புடை மரபினின் கிளையோ டாரப்
பச்சூன் பெய்த பைந்நிண வல்சி
பொலம்புனை கலத்திற் றருகுவென் மாதோ
வெஞ்சின விரல்வேற் காளையோ(டு)
அஞ்சில் ஓதிய வரக்கரைந் தீமே!

-ஓதலாந்தை
(ஐங்குறுநூறு, பாடல் *391*)

12

பிழை

அற்பமான விளைவுக்காக ஒரு துரோகியால் காட்டிக் கொடுக்கப்பட்ட அவர், இங்கே சிலுவையில் அறையப்பட்டு முள் கிரிடம் அணிந்து கிடக்கின்றார். கயவர் பலரால் சாட்டையால் அடிக்கப் பற்ற இரத்த காயங்கள் மேனியைப் புண்படுத்த, அவர் சிலுவையில் இருக்கின்றார். செம்மையான கைகளிலும் மலர் போன்ற அவரது பாதங்களிலும் இரும்பு ஆணிகளால் அறையப்பட்டு ரத்தம் வடிய வடியச் சோர்ந்து கிடக்கின்றார்.

மண்ணில் பரவி இருந்த அறியாமை இருள் நீக்கக் குன்றத்து ஒளியாய் மனிதரின் உருவிலேயே உதித்த அந்த இறைமகனின் சிலுவை மலை-யின் உச்சியில் நின்றுகொண்டிருக்கிறது. மறைகளுக்கு எல்லாம் தலை-வனாக வந்து நின்ற கிறித்துபிரானை, இரு குற்றவாளிகளுக்கு நடுவே சிலுவையில் வைக்கின்றனர் அக்கொடியவர்கள். அவரது சிலுவைக்குக் கீழே ஒன்றும் செய்ய இயலாதவாறு கண்களில் நீர் கசிந்திட அவரது அன்பர் கூட்டம் நின்றுகொண்டிருக்கிறது.

பெண்கள் யாவரும் அழுது அரற்றுகின்றார். சின்னப் பிள்ளைகள் எல்-லாம் கதறுகின்றார். இந்நிகழ்வினைக் கண்ட, கேட்ட அனைவரும் கரைந்து உருகி வெம்புகின்றனர். எண்ணில் அடங்காத வீரர்கள் நெஞ்-சில் எல்லாம் இச்செயல் பறையை ஓங்கி அடித்து போல் அதிர்ச்சியை ஏற்படுத்துகின்றது. இவரது விசுவாசம் கொண்ட அனைவரும் நெஞ்சு

சுழிக்க, அச்சிலுவையின் கீழே அணிதிரண்டு நிற்கின்றார்.

மற்றொரு பக்கம் அந்த வள்ளலின் தேகத்தில் காயங்களை ஏற்படுத்திய கயவர்களளான மன்னனின் வீரர்கள் இருக்கின்றனர். இவ்வாறு அனை-வரும் ஆழ்ந்தொரு அமைதியில், துக்கத்தில் நின்று கொண்டிருக்கின்-றனர். தனது திருவுடலில் ஆணிகளை ஏந்திய அண்ணல் கனி போன்ற எழில்வாய் மலர்ந்து சில வாசகங்கள் மொழிகின்றார். மேனி கொண்ட வலியோடு, மனத்தில் ஏற்பட்ட ரணங்களும் சேர்ந்து அவரைப் பேச விடாதவாறு நாவை உழற்ற, அவர் இந்த வாசகங்களை பேச முன்வரு-கின்றார்.

"எனது ஆருயிர் தந்தையே இங்கு இருப்பவர்கள் யாவரும் நல்லார். தான் என்ன செய்கின்றோம் என்பதை அறியாது இவர்கள் பெரும் பாவத்தை இழைக்கின்றார்கள். இவர்களை நீங்களே தங்களது அரு-ளுடைய இதயத்தால் மன்னித்து அருளிடுங்கள் ஆண்டவரே!" என்று அந்த ஏசுபிரான் வேண்டுகிறார். தான் அல்லலுற்று வாடி வதங்கிய பொழுதும் தன்னை அந்த நிலைக்கு ஆளாக்கியவர்களை மன்னிக்க ஆண்டவரைப் பிரார்த்திக்கும் ஏசுபிரானைக் காட்டி இத்தகைய பொறுமை உடையவர்களே அந்த கிறித்துவை வணங்கும் உத்தமமான கிறித்துவர்களாக இருக்க முடியும். அப்படி அல்லாதவர் தாமும் கிறித்-துவர் எனல், செத்தவரைத் தூங்கிக்கொண்டு இருக்கிறார் என்று சொல்-வது போலாகும் என்று நமது கிறித்துவக் கம்பர் என அழைக்கப்படும் எச்.ஏ. கிருட்டினபிள்ளை, தனது இரட்சணிய யாத்திரிகத்தில் வரைய-றுக்கின்றார். ஏசுகிறித்து பிறப்பு முதல் அவரது வாழ்க்கை வரலாற்றை முழுவதுமாகப் படம் பிடிக்கும் இரட்சணிய யாத்திரிகம் என்னும் நூல் கிறித்துவர்களின் மகாகாவியம் என்றால் அது மிகையல்ல.

இதோ பாடல்:

தன்னரிய திருமேனி சதைப்புண்டு தவிப்பெய்திப்
பன்னரிய பலபாடு படும்போதும் பரிந்தெந்தாய்
இன்னதென அறிகில்லார் தாம்செய்வ திவர்பிழையை
மன்னியுமென் றெழில்கனிவாய் மலர்ந்தார்நம் அருள்வள்ளல்!

-எச்.ஏ.கிருட்டிணப்பிள்ளை
(இரட்சணிய யாத்திரிகம், இரட்சணியசரிதப் படலம், பாடல் 342)

13

இழப்பு

அன்று நடுக்கடலுக்கு மேலே செவ்வண்ணக் கோலம். நமது பூமியில் மாலை வேளைகளில் வானம் காட்டும் விந்தை மிகவும் அழகானது. பகல் முழுதும் இலேசான நீலநிறம் எனவும், இரவு முழுதும் கருப்பு நிற-மாகவும் தெரியும் நமது வானம் மாலையிலும் விடியற்காலையிலும் காட்-டுவது எண்ண எண்ண இன்பம் தரும் அழகு.

ஆனால் முன்சொன்ன கடலுக்கு மேலுள்ள செவ்வண்ணம் அத்தகு மாயம் அல்ல. காரணம் அது பூமி அல்ல. அது வைகுண்டம். அந்தக் கடலும் சாதாரணக் கடல் அன்று. பரந்தாமன் துயில் கொள்ளும் பாற்-கடல். பாற்கடல் மீது சிவப்பு வண்ணம் நிலைத்தது. அதுவும் நடுப்பகுதி-யில். அந்தச் சிவப்பு ஏன் வந்தது? இந்நிகழ்வு நடந்து சிலதினங்களுக்கு முன்பு, மதம் கொண்ட யானையைப் போரிட்டு வென்றவரும், தலை-யிலே கங்கையைக் கொண்டவருமான சிவபெருமான் தவத்தில் ஆழ்ந்த்-திருந்தார். அப்போது அங்கு வந்த மன்மதன், அவரைத் தீண்டிப் பார்க்க நினைத்தான். காதலுக்குக் கடவுளான மன்மதன் விளையாட்டுப் பிரி-யனும் கூட. அதனாலேயே கையில் இருக்கும் கரும்பு வில்லை எடுத்து அதில் மலர்க் கணைகளைத் தொடுத்து சிவபெருமான் மீது எய்கிறான். நெற்றிக் கண்ணனான சிவபெருமானோ சினத்தின் உச்சத்தில் மன்ம-தனைத் தன் மூன்றாவது விழியால் பார்க்கிறார். முதலிரண்டு விழிகள் முகவிழிகள். அவை சினத்துடன் பார்க்க, மூன்றாம் விழியான நெற்றி-விழி அவனை எரித்துச் சாம்பல் ஆக்குகிறது. இது நிகழ்ந்து முடிந்த

சில தினங்களில் அங்கே பாற்கடலின் நடுவில் செவ்வண்ணம் எழுகிறது. அது ஏன்? மன்மதன் என்பவன் மகாவிஷ்ணுவின் மகன். மகாவிஷ்-ணுவிற்கு மகன் என்றால், அவரது துணைவியாரான லக்ஷ்மிக்கும் மகன் என்றாகிறான் அல்லவா! தனது மகனான மன்மதன் எரியுண்ட செய்தி கேட்ட தாய் லக்ஷ்மி என்ன செய்வாள்? மகனை இழந்த சோகத்தில் தன்னிலை மறக்கிறாள். ஓயாமல் அலை அடித்துக்கொண்டு இருக்கும் பாற்கடலின் சத்தம் கூட ஒரு கணம் நிற்கும் அளவிற்கு அழுது புலம்-புகிறாள். அவளது அழுகையும் சோக வெளிப்பாடும் உச்சத்தை அடை-கிறது. மார்பிலும் வயிற்றிலும் அடித்துக்கொண்டு அழுகிறாள். அவள் அவ்வாறு அழுது அரற்றவே அவளது மார்பில் அணியப் பெற்றிருக்கும் சந்தனமும் குங்குமமும் காற்றில் கலக்கின்றது. அது தூபத்தைப் போல மேலே வண்ணக் கலவையாக எழுகிறது. இதுவே அந்தப் பாற்கடலுக்கு நடுவில் ஏற்படும் செவ்வண்ணம் ஆகின்றது. முற்றிலும் முரணான ஒரு காட்சியை அமைந்திருக்கும் கவி ஒரு ஆசுகவி.

"கடல் நடுவிலே செந்தூள்" என்று பொருட்குற்றமற்ற பாடலைப் பாடும்-படி எமகண்டத்தில் நின்ற காளமேகப் புலவர் பணிக்கப்பட, அவர் வரைந்த காட்சிதான் இது.

இதோ பாடல்:

சுத்தபாற் கடலின் நடுவினில் தூளி
தோன்றிய அதிசயம் அதுகேள்
மத்தகக் கரியை யுரித்ததன் மீது
மதன்பொரு தழிந்திடும் மாற்றம்
வித்தகக் கமலை செவியுறக் கேட்டாள்
விழுந்துநொந் தயாந்தழு தேங்கிக்
கைத்தல மலரால் மார்புறப் புடைத்தாள்
எழுந்தது கலவையின் செந்தூள்!

- காளமேகம்
(தனிப்பாடற்றிரட்டு)

14

குழப்பம்

───── ❧ ─────

மாலை மெல்ல மெல்ல இருளைப் பூசி வானத்தைக் கருமை செய்து கொண்டிருக்கும் சமயத்தில் தனது அந்தப்புரத்தில் அமர்ந்திருக்கிறாள் இளவரசி. இன்னும் சில நாட்களில் அவளுக்குச் சுயம்வரம் நடக்கப் போகிறது. ஆனால், அதற்கு முன்பே ஒருவனிடம் மனம் தொலைத்த இளவரசி, அவனே வந்து தன் மாலையை ஏற்க வேண்டுமே என்ற ஏக்கத்தில் அமர்ந்திருக்கிறாள்.

மறுபுறத்தில் கடும் காவல் மிகுந்த அந்த அரண்மனைக்குள் ஓர் இளைஞன் நுழைகிறான். அப்போது பெரும் செல்வாக்குடன் விளங்கிய வீம ராசனின் அரண்மனை அது என்பதாலும், விரைவில் பெரும் விசேஷம் நடக்கப்போகும் வீடு என்பதால் கட்டுக்காவலுக்குப் பஞ்சமில்லை. ஆனால், உள்ளே நுழையும் இளைஞனை அது எதுவும் பாதிக்கவில்லை. அதற்காக அனைவரையும் அடித்து வீழ்த்திவிட்டு முன்னேறுகிறான் என்று வழக்கமான காட்சியைக் கற்பனை செய்துகொள்ள வேண்டா. தன்னிடம் உள்ள சிறப்பான மந்திர சக்தியின் உதவியால் கண்ணுக்கு புலப்படாத வண்ணம் மறைந்துகொண்டுதான் அந்த இளைஞன் அரண்மனைக்குள் நுழைகிறான்.

மறைந்து மறைந்து வர அவன் கோழை அல்ல. சுத்த வீரன்தான். ஆனால் தூதுவனாய் நுழையும்போது வீரத்தைவிட ராஜதந்திரம் முக்கியம். அதனால்தான் அவனும் உடல் தோற்றத்தை மறைத்து ஆவி உரு-

வில் வீமராசன் அரண்மனைக்குள் நடக்கிறான். நேராக அவனது கால்-கள் முன்சொன்ன இளவரசி காத்திருக்கும் அறைக்குள் செல்கின்றன. அங்கு காத்திருக்கும் அழகில் அவன் கண்கள் முதலில் சிக்கிக் கொள்-கின்றன. அந்தத் தூண்டிலில் சிக்கிய காதலன் தன்னை மறக்கிறான். தன்னிடம் அவளுக்கொரு செய்தி உண்டு என்பதையும் மறக்கிறான். மறைந்திருந்த தன் தோற்றத்தை அவள்முன் வெளிப்படுத்துகிறான்.

தன்முன் நிற்கும் கட்டழகனை அவளது கருமை விளிம்பு தீட்டிய விழி-களும் பார்க்கின்றன. இருவரது விழிகளும் கண்களுக்குளேயே பூத்துக் கனிந்து தேன் பிலிற்றுகின்றன. அந்தப் பொழுதில், அங்கே குவளைச் செடியில் தாமரையும், தாமரைச் செடியில் குவளைப் பூவும் பூக்கின்றன. அதெப்படி? ஆம், இயல்பிலேயே குவளைப் பூவைப் போன்று நீண்டு விளங்கும் இளவரசி தமயந்தியின் கண்களில், அவள் மனத்தையே வென்று, வேறொருவருக்காக அவளிடமே தூது நடந்த நள மகராஜனின் தாமரைப் பார்வை மலர்கிறது. அதேபோல்தான் நளனத தாமரைக் கண்-களில், தமயந்தியின் குவளைப் பூப் பார்வை பூக்கிறது. இப்படித்தான் இந்திரனுக்காக தமயந்தியிடம் நளனே தூது நடந்த கதையை விவரிக்-கும்போது புகழேந்திப் புலவர் மலர்கள் பூப்பதிலேயே குழம்பித் தவிப்ப-தாகக் காட்சி ஒன்றை எழுதி வைக்கிறார். புலவர்க்கு வெண்பா புலி என்பார்கள், அத்தகு புலிக்கே தன் கையினால் கடிவாளம் இட்ட புக-ழேந்திப் புலவரின் கவித்திறனுக்கு இதுவும் ஓர் எடுத்துக்காட்டு.

பாடல்:

தேங்குவளை தன்னிலே செந்தா மரைமலரப்
பூங்குவளை தாமரைக்கே பூத்ததே - ஆங்கு
மதுநோக்கும் தாரன் மதிநுதலாள் தம்மில்
பொதுநோக் கெதிர்நோக்கும் போது!

-புகழேந்திப் புலவர்
(நளவெண்பா, சுயம்வரக் காண்டம், பாடல் 80)

15

கர்வம்

<hr>

மலையும் காடுகளும் நிறைந்த பகுதி ஒன்றில், வேடர்கள் சிலர் நிறைந்த குடியிருப்பு ஒன்று இருக்கிறது. திருவரங்கத்தில் பள்ளி கொண்டிருக்கும் திருமாலைத் தங்கள் குலம் காக்கும் கடவுளாக அவர்கள் வணங்கி வருகிறார்கள். அந்தக் கூட்டத்திற்கு தலைவன் ஒருவன் இருக்கிறான். அவனைத் தேடித் தூதுவன் ஒருவன் காட்டுக்குள் வந்திருக்கிறான். மன்னனின் தூது ஓலையைக் கையில் ஏந்திய வண்ணம் குடியிருப்புகள் இருக்கும் பகுதிக்குள் நுழைந்த தூதுவன் கண்களில் வியப்பும் அயமும் சேர்ந்து குடியேறின. அதற்கு வேடர்களின் வீடுகள் இருக்கும் அமைப்பே காரணம்.

வேடர்களின் வீட்டுக் கதவுகளை மறைக்கும் திரைகளாக அரசர்களின் வெண்கொற்றக் குடை அமைந்திருக்கிறது. அவர்கள் வீட்டுக்குள் தானி-யங்களை அளக்கவும், சேமிக்கவும், வேந்தர்களின் மணி மகுடங்கள் பயன்படுத்தப்படுகின்றன. அரச குலத்தினரின் சாமரங்களை வீட்டுக்குக் கூரையாக வேய்ந்துள்ளார்கள். வீட்டைக் காவல் காக்கும் வேலிகளில் கம்புகளுக்குப் பதில் ராஜாக்கள் பயன்படுத்தும் வாள்களும், வேல்களும் நிறுத்தி வைக்கப்பட்டுள்ளன. இதையெல்லாம் பார்த்து வியப்பின் உச்சத்-தில் இருக்கும் தூதுவனுக்கு, இதெல்லாம் எப்படி இங்கு வந்தது என்ற கேள்வியும் எழுகிறது. இதக்கிடையில் வேடர் தலைவனைச் சந்தித்து தான் மன்னனது திருமுகத்தைக் (கடிதத்திற்கு திருமுகம் என்றும் பெய-ருண்டு) கொண்டு வந்திருப்பதாக ஓலையைத் தருகிறான். அதில் வேடர்

மகளை மணம் செய்ய மன்னன் விரும்பும் செய்தி இருப்பதைக் கண்டு வேடர்த் தலைவன் காடு குலுங்கச் சிரிக்கிறான். ஏளனத்தின் நெடி வீசும் சிரிப்பு சில நேர மழையாய் இடிக்க, ஒருவாறு ஆசுவாசம் கொண்ட வேடன்,

"உன் மன்னரது திருமுகத்தை நீ கொண்டு வந்துள்ளாய் என்றால், அவன் என்ன தலை இல்லாத முண்டமா? ஒரு குறையுடலுக்கா மறவர் குலத்தின் மங்கையைக் கேட்கின்றாய்? சரி அப்படியே இதுதான் உன் மன்னனின் முகம் என்றால் இதில் மூக்கு, கண், வாய் எல்லாம் எங்-கெங்கே?" என்று கேட்டு மீண்டும் சிரிக்கிறான்.

அத்துடன் விட்டானா? "செல்லரித்து அழியக்கூடிய ஓலையைக் கொண்டு வந்திருக்கிறாயே, அது செல்லுமா? உங்கள் அரசர் பெற்றது இளவரசு (இளைய அரசமரம்) என்றால் அந்த அரசுக்கேற்ற ஒரு ஆலை (ஆலமரத்தை) மணம் பேசுங்கள். எங்கள் பின்னையின் கணவனாகிய திருவரங்கத்துப் பெருமாள் மேல் நேசம் வைத்திருக்கும் என் பெண்ணை, இதற்கு முன்னம் பெண் கேட்டு வந்த அரசர்களின் நிலையைப் பாரடா!" என்று வீடுகளைக் காட்டுகிறான். மன்னர்களின் உடைமைகள் எப்படி வேடர்குல வீடுகளை அலங்கரித்தன என்பதன் பொருள் தூதனுக்கு விளங்குகிறது. பெண் கேட்டு வந்த மன்னர்களை வாதத்தால் வென்ற வேடர்த் தலைவனின் மறத்தையும் தூதன் அறிந்-துகொள்கிறான். இது பிள்ளை பெருமாள் ஐயங்கார் திருவரங்கங்கலம்ப-கத்தில் நமக்குக் காட்டும் புதுமை ததும்பும் காட்சி.

இதோ பாடல்-

பேசவந்த தூதசெல்ல ரித்தவோலை செல்லுமோ?
பெருவரங்க னருளரங்கர் பின்னைகேள்வர் தாளிலே,
பாசம்வைத்த மறவர்பெண்ணை நேசம்வைத்து முன்னமே
பட்டமன்னர் பட்டதெங்கள் பதிபுகுந்து பாரடா
வாசலுக் கிடும்படல் கவித்துவந்த கவிகைமா
மகுடகோடி தினையளக்க வைத்தகாலும் நாழியும்

வீசுசாம ரங்குடில் தொடுத்தகற்றை சுற்றிலும்
வேலியிட்ட தவர்களிட்ட வில்லும்வாளும் வேலுமே!

-பிள்ளை பெருமாள் ஐயங்கார்
(திருவரங்கக் கலம்பம், மறம், பாடல் 53)

16

மிரட்டல்

தாய் சேயிடையே நடக்கும் கொஞ்சல் நாடகங்கள் பார்ப்பதற்குக் கொள்ளை அழகு. அப்படி ஒருதாய்தான் இங்கே ஊடல் கொண்டி- ருக்கிறாள். தன் மகளைச் சிவந்த முகத்துடன் அழைத்துக் கொண்டி- ருக்கிறாள். கன்னங்கள் இரண்டும் மாலை வான ஜாலத்தின் நிறத்தைக் கொள்கின்றன. ஆனால் மறுமுனையில் குழந்தை தன் குட்டித் தலையை இடதும் வலதுமாக அசைத்து முரண்டுபிடிக்கிறது. அமர்ந்திருந்த இடத்தை விட்டு அந்தப் பிஞ்சுப் பதங்கள் அசைய மறுக்கின்றன. ஒரே இடத்தில் மலரைப் போலப் பூத்திருக்கின்றன. இதைக் கண்டு கண்டு சினமேறும் தாய், மிரட்டுகிறாள். ஆனால் அவள் தொனியில் கோபத்- திற்கு பதில், குழந்தை தன்னிடம் வரவில்லையே என்ற ஏக்கம் மட்டுமே தெரிகிறது. அவள் சொல்கிறாள்-

"வந்துவிடு! என்னிடம் வந்துவிடு! நீ மட்டும் வாராமல் இருந்துவிட்டால், இனிமேல் நான் உனது வேல்போன்ற கண்களுக்கு மை தீட்ட மாட்டேன். வளைந்த பிறை நிலவாகத் தெரிந்து, பார்ப்பவர்களின் கண்களைக் கூசும் உன் நெற்றிக்கு அழகிய சாந்தால் திலகம் இட மாட்டேன். மணிகளால் கட்டப்பட்டிருக்கும் அணிகலங்களை உனக்குச் சூட்டி அழகு பார்க்க மாட்டேன். உன்னுடன் ஆதரவான சொற்களைப் பேச மாட்டேன். உன் முகத்தைத் திரும்பிக் கூடப் பார்க்க மாட்டேன். சுவையான பாலை உனக்கு இனிமையாக ஊட்டி விடவும் மாட்டேன். காதலுடன் உன்னை வெளியே அழைத்துச் சென்று வீதியின் வளத்தையும் காட்ட மாட்டேன்!

கனி போன்ற உனது வாய்க்கு முத்தம் தரவும் மாட்டேன்! உன்னை மணி புனையப்பட்ட தொட்டிலில் துயிலவைத்து, நீ கண் வளரும் வரை பாடல் பாடித் தாலாட்டவும் மாட்டேன்! இவையெல்லாம் நிகழ வேண்டுமென்றால் நீ வந்துவிடு! உடனே என்னிடம் வந்துவிடு!'' என்று முகத்தைத் திருப்பிக் கொள்கிறாள்.

குழந்தை தன்னிடம் நடந்து வரவில்லை என்பதற்காக ஒரு தாய் இவ்வளவு கோபப்படுவாளா? இப்படி எல்லாம் மிரட்டி உருட்டிக் காரியம் சாதிப்பளா? வியப்பாக இருக்கிறதல்லவா! அந்தக் குழந்தை யாரெனத் தெரிந்தால் வியப்பு எழாது.நெல்லையில் கோயில் கொண்டிருக்கும் காந்திமதி அம்மையைத் தான் குழந்தையாக தன்னிடம் நடந்து வரச்சொல்லிக் கேட்கிறார், தாயாக தம்மைப் பாவித்துக் கொண்ட அழகிய சொக்கநாதர்.

''மாலை அணிந்திருக்கும் பர்வத ராஜனின் மார்பில் ஏறி விளையாடும் செல்வக் குழந்தையே! நீ அந்த ரூபத்திலேயே என்னிடம் வந்துவிடு! சாலி என்னும் வெண்ணிற நெல் விளைந்து செழுமை தரும் திருநெல்வேலியில் வாழும் காந்திமதி அம்மையே! குழந்தையாக நீயே இக்கணம் வந்துவிடு'' என்று கெஞ்சுகிறார் சொக்கநாதர். அப்படிக் கெஞ்சிய காந்திமதியம்மை பிள்ளைத் தமிழ் - தாய் சேய் பாசப் பெட்டகம்.

இதோ பாடல்-

வாரா திருந்தால் இனிநானுன்
வடிவேல் விழிக்கு மையெழுதேன்!
மதிவாள் நுதற்குத் திலகமிடேன்!
மணியால் இழைத்த பணிபுனையேன்!

பேரா தரத்தி னொடுபழக்கம்
பேசேன்! சிறிதும் முகம்பாரேன்!
பிறங்கு சுவைப்பால் இனிதூட்டேன்!
பிரிய முடன்ஒக் கலையில்வைத்துத்

தேரார் வீதி வளங்காட்டேன்!
செய்ய கனிவாய் முத்தமிடேன்!
திகழு மணித்தொட் டிலில்ஏற்றித்
திருக்கண் வளரச் சீராட்டேன்!

தாரார் இமவான் தடமார்பில்
தவழும் குழந்தாய் வருகவே!
சாலிப் பதிவாழ் காந்திமதித்
தாயே வருக! வருகவே!!

-அழகிய சொக்கநாதர்
(காந்திமதியம்மை பிள்ளைத்தமிழ், பாடல் 61)

17
விக்கல்

❧

நெடுநாள் கழித்து தலைவியின் இல்லத்திற்கு தோழி வந்திருக்கிறாள். கைகளில் ஒளி வீசும் வேலைப்பாடுகள் அமைந்த தங்க வளையலை அணிந்திருக்கிறாள். அவளைக் கண்டதும் துள்ளி எழுந்த தலைவி, அந்த வளைக்கரங்களைப் பற்றி இழுத்துக் கொண்டு போகிறாள். இரு- வரும் வழக்கமாக ரகசியம் பேசும் இடத்திற்கு வருகிறார்கள். அங்கே, இரு கைகளிலும் இறுகப் பற்றிக் கொண்ட தலைவி, வீட்டுக்கு உள்ளி- ருக்கும் அம்மாவுக்கு கேட்காதபடி மெல்லிய குரலில் சொல்கிறாள்-

"வெயில் உச்சந்தொட்ட மதிய வேளையில் ஓர்நாள் நம் வீட்டு வாசலில் ஒருவர் வந்து நின்றார். தாகத்திற்குத் தண்ணீர் கேட்டார். பரிவு கொண்ட அம்மாவும், அவரைத் திண்ணையில் இருக்கச் செய்து உள்ளே தண்ணீர் மொண்டுவர வந்தாள். நான் உள்ளே ஒரு வேலையாக இருந்தேன். வீட்டில் வெண்கலப் பானையில் இருந்த தண்ணிரை எடுத்தவள், என்- னிடம் குவளையை நீட்டினாள். அவரிடம் கொடுத்து வரவும் பணித்தாள். வேலை சொல்லிவிட்ட கடுப்பில் நான் மெல்ல அடிமேல் அடிவைத்து நடந்து சென்றேன். என் கால்களின் அன்ன நடையை நானே ரசித்- திருந்தேன். அதனால் வந்தவர் யார் என்று நான் கவனிக்கவில்லை. அவரிடம் சென்று குவளைச் சேர்ப்பதற்காகக் கைகளை நீட்டினேன்.

ஆனால், எதிர்ப்புறம் இருந்த கைகள் வெண்கலக் குவளைப் பற்றாமல், தங்க வளையல் அணிந்திருந்த என் கைகளைப் பற்றியது. திடுக்கிட்டு

• 44 •

குனிந்திருந்த தலையை நிமிர்த்தி யார் என்று பார்த்தேன். உடனடி செய்கையாக என் இதழ்கள் சத்தமிட்டன. ஐயோ, இவன் செய்வதைப் பாருங்கள் என்று கத்தினேன். அவனோ பிடித்த கைகளை விடவேயில்லை. அப்போதுதான் நினைவுக்கு வந்தது. வந்தவன் யார் தெரியுமா? பிள்ளைப் பருவத்தில் ஒருநாள் நாம் தெருவில் மணல் விடு கட்டி விளையாடியபோது ஓடிவந்து அவற்றைச் சிதைத்தானே சேடைக்காரன் ஒருவன். அவன்தான்! நாம் சோலையில் மலர்ப்பந்து ஆடியபோது பந்தைப் பிடுங்கிக் கொண்டு நம்மைத் தேடவும், அழவும் வைத்தானே அந்தத் திருடன். நீ கூட ஒருமுறை அவனை நாயே என்று திட்டினாயே. அவனேதான்!

நான் கத்தியதைக் கேட்டு அம்மா உள்ளிருந்து வந்துவிட்டாள். அவனோ தண்ணீர் குடிக்கும்போது விக்குவதுபோல் நடிக்கத் தொடங்கிவிட்டான். நமது பிள்ளை வயதில் இவனை நாம் எவ்வளவு சபித்திருப்போம். ஆனால், அன்றைக்கு அவன் என் கையைப் பிடித்ததை ஏனோ அம்மாவிடம் சொல்ல வாய் எழவில்லை. அவன் தண்ணீருக்கு விக்குகிறான் என்பதை மட்டும் சுட்டிக் காட்டினேன். உடனே அம்மா அதற்கென்ன என்று கூறி அவனது தலையை பாசத்துடன் நீவிவிட்டாள். நான் அவனை மாட்டிவிடவில்லை என்றால் எவ்வளவு நன்றியுடன் அவன் இருந்திருக்க வேண்டும். ஆனால் அந்தக் கள்வன் மகனோ தாய் நீவிவிடும் போதும் என்னை வைத்த கண் வாங்காமல் என்னைக் கொல்வதுபோல் பார்த்துச் சிரித்துக் கொண்டிருந்தானடி சகியே'' என்கிறாள். பிள்ளைக் காதல், ஒரு தீண்டலில் முதிர்ந்து கனியாகும் காட்சி கலித்தொகையில் கபிலர் காட்டும் ஓவியம்.

இதோ பாடல்-

சுடர்தொடீஇ! கேளாய்! தெருவினாம் ஆடும்
மணற்சிற்றில் காலின் சிதையா, அடைச்சிய
கோதை பரிந்து, வரிப்பந்து கொண்டோடி,
நோதக்க செய்யும் சிறுபட்டி, மேலோர்நாள்,
அன்னையும் யானும் இருந்தேமா, இல்லிரே!
உண்ணு நீர் வேட்டேன் எனவந்தாற் கன்னை

அடர்பொன் சிரகத்தால் வாக்கிச், சுடரிழாய்!
உண்ணுநீர் ஊட்டிவா என்றாள்; என,யானும்
தன்னை அறியாது சென்றேன்; மற்றென்னை
வளைமுன்கை பற்றி நலியத், தெருமந்திட்டு,
அன்னாய்! இவனொருவன் செய்ததுகாண்! என்றேனா,
அன்னை அலறிப் படர்தர, தன்னையான்,
உண்ணு நீர் விக்கினான் என்றேனா, அன்னையும்
தன்னைப் புறம்பழித்து நீவ, மற்றென்னைக்
கடைக்கண்ணால் கொல்வான்போல் நோக்கி, நகைக்கூட்டம்
செய்தானக் கள்வன் மகன்!

-கபிலர்
(கலித்தொகை, பாடல் 51)

18

வெறி

வானை ஒளி நிறைக்கும் முழுமதி நாள் ஒன்றில், இரவு நேரத்தில் சேர மன்னனின் யானை ஒன்றுக்கு மதம் பிடித்துவிடுகிறது. அதன் செய்கை- களைக் கண்டவர்கள் அப்படித்தான் நினைக்கிறார்கள். அதனாலேயே யானையை சீற்றம் தணியும் வரை அரண்மனையின் யானை லாயத்தை விட்டு வெளியே, தனியே கட்டி வைக்கிறார்கள்.

யானைகள் இயல்பிலேயே நிற்கும் இடத்தில் ஆடிக்கொண்டே இருக்கும். இப்போது வெறி பிடித்த நிலையில், இந்த யானையின் உடல் ஆட்டம் இயல்பை விட மூர்க்கமானதாக இருக்கிறது. அடிக்கடி அது பிளிரிக்- கொண்டும் இருக்கிறது. அத்துடன் துதிக்கையை மேலே வானை நோக்- கித் தூக்குகிறது. காற்றை வளைத்துக் கீழே இழுக்கிறது. முன்னங்- கால்களைத் தூக்கி நிலம் அதிர மிதிக்கிறது. கால்களை நர நரவென நகர்த்துகிறது. இதை அரண்மனையில் இருந்து காணும் மன்னனும் கலக்கமுறுகிறான்.

அது ஏதோ படையில் உள்ள சாதாரண யானை அன்று. எதிரி மன்னர்களின் வெண்கொற்றக் குடைகளைக் குறிவைத்து, பிடித்திழுத்து வளைத்துக் கீழே தள்ளி, தன் தூண் கால்களால் மிதித்துத் தரையோடு தரையாக்கும் ஆற்றல் படைத்த யானை. சேர மன்னனின் அன்புக்கும் விருப்பத்திற்கும் உரிய யானை. அது இப்படிப் போர் மதம் பிடித்துப் பிளிரிக் கொண்டிருக்கிறது.

சங்கிலிகள் அறுபட்டுவிடுமோ என்று யானைப் பார்த்தவர்கள் எல்லாம் அச்சம் கொள்ள, இந்தக் காட்சியைப் பார்த்த புலவர் ஒருவர் மட்டும் ஆனந்தம் கொள்கிறார். பெருமிதத்துடன் நேரே அரசனிடம் செல்கிறார். அங்கே சொல்கிறார்-

"அரசே! உன் விருப்பத்திற்கு உரிய யானை போர்க்களம் முடிந்து ஊர் திரும்பியதில் இருந்து மதம் பிடித்ததுபோல் நடந்து கொண்டிருக்கிறது அல்லவா! அதை நினைத்து நீ கூட கவலையில் உள்ளாயே! அதன் மன வெறி என்னவென்று நான் கண்டுகொண்டேன்" என்று பீடிகை போடுகிறார். இதைக் கேட்ட மன்னன் ஆர்வத்தில் முதுகுத்தண்டை நிமிர்த்துகிறான். காரணத்திற்காக காத்திருக்கிறான். இதைக்கண்ட புலவர் மேலும் தொடர்கிறார்.

"அரசே! பகைவர்களது வெண்கொற்றக் குடைகளை அழித்து அழித்து பரிச்சயப்பட்டது உன் யானை. அதற்கு இன்னும் போர் வெறி அடங்க-வில்லை. வானத்திலோ முழு மதி வெண் கொற்றக் குடை போல விரிந்து கிடக்கிறது. அதைக் கண்ட யானை, அந்தக் குடையையும் இழுத்துத் தரையிலிட்டு மிதித்து நசுக்கி, உன் குடையே வானுக்கும் குடையாக செய்ய எண்ணம் கொண்டுள்ளது. அந்த வெறிதான் அது துதிக்கையை மேலே உயர்த்துவதும், காற்றைக் கீழே இழுப்பதுமாக செய்கிறது" என்று பொருள்வரும் பாடலைப் பாடுகிறார். அவருக்குப் பரிசில் கிடைத்ததா என்பதற்குக் காலமே சான்று. ஏனெனில், பாடியவர் யாரென அறிய இயலாத முத்தொள்ளாயிரம் என்னும் வரலாற்றுக் களஞ்சியம் காட்டும் காட்சி இது.

இதோ பாடல்-

வீறுசால் மன்னர் விரிதாம் வெண்குடையைப்
பாற எறிந்த பரிசயத்தால் - தேறாது
செங்கண்மாக் கோதை சினவெங் களியானை
திங்கள்மேல் நீட்டுந்தன் கை!

-(*முத்தொள்ளாயிரம், பாடல் 19*)

19

பிரிவு

வெறுமை என்று மட்டுமே பெயர் எழுதி வைக்கும் அளவு தரிசு மணலாய்த் தெரியும் நிலம் ஒன்றில், எப்படியோ பிழைத்து நிற்கிறது வேப்ப மரம் ஒன்று. ஆனால், அதுவும் வெயில் மற்றும் பூச்சிகளுக்கு ஆளாகி இலைகளில் ஓட்டையுடன் தனியே நிற்கிறது. அதன் உச்சாணிக் கிளையில் ஒரு கூடு. ஏதோ சாதாரண பறவை அல்ல. பறவைகளின் அரசன் கழுகின் கூடு அது. அதன் முட்டைகள் இப்போதுதான் பொறிந்து குஞ்சுகள் தலைகாட்டுகின்றன. அதைக் கண்டு தாய்ப் பறவை இன்பம் கொள்வதற்குப் பதில் வருத்தந்தான் அடைகிறது. காரணம், பசுமையின் உச்சரிப்பு அறியாத அந்தப் பகுதியில் எங்கிருந்து குஞ்சுகளுக்கு உணவு கொண்டுவருவது என்ற ஏக்கம் அந்தத் தாய்ப்பறவைக்கு.

இது ஒருபுறம் இருக்க, அந்த வேப்ப மரத்திற்குக் கீழே, பருந்தின் சோகத்திற்கு எதிர்ப்பதமாய் சிரிப்புச் சத்தம் கேட்கிறது. காய்ந்த நெல்லிக் காய்களைப் பந்துகளாகக் கொண்டு சிறுவர்கள் அங்கே விளையாடிக் கொண்டிருக்கிறார்கள். வாழ்க்கையின் துயரம் என்ன என்பதை இன்னும் கற்றறியாக் குழந்தைகளாக அவர்கள் தெரிகின்றனர். ஒருவேளை அவர்களுக்கு அந்த ஊரின் வறட்சி புரிந்திருந்தால் இப்படி விளையாடுவார்களா? அது வில்லைக் கையில் கொண்டு மக்கள் வழிப்பறி செய்து உணவு சாப்பிடும் அளவு பஞ்சக் கொடுமை உடைய வெஞ்சுரம்.

அந்த ஊரில்தான் பணம் சம்பாதிக்கும் ஆசையில் தலைவன் ஒருவன்

வசிக்கிறான். வேலைக்கு நடுவே மாலைப் பொழுதில் அவனுக்குக் காத-லியின் நினைப்பு வருகிறது. அப்படி நினைப்பு வரும்போதெல்லாம் தன் மனத்தைப் பழிக்கிறான். அவனைப் பொருள் தேடிப் பிரிந்து வரச் செய்-தது மனந்தான் என்று நினைக்கிறான். அவனது பிரிவுத் துயரத்தை விளக்குவதுபோல் பருந்தும் சிறுவர்களும் இருக்கும் காட்சி தெரிகிறது. தன் மனத்திடம் சொல்கிறான்-

"ஏ மனமே! என் தலைவி அதோ அந்த மரத்தின் மீது வாழ வழியறி-யாப் பருந்துபோல் துயரத்தில் காத்திருக்கிறாள். நீயோ, அதன் நிழலில் விளையாடும் சிறுவர்கள்போல் துயரம் ஏதும் இன்றி என்னைப் பொருள் தேடப் பணித்து இப்படி ஓர் இடத்தில் மாட்டிவிட்டாயே! பொருள் இன்-பத்தைத் தரும் என்பது உண்மைதான். ஆனால், நம் முயற்சியால் நினைக்கும் செயல் முடிவு பெறும்போது ஒருவகை இன்பம் பிறக்குமே! அதைப் போன்றவள் என் தலைவி. அவளை விடவா பேரின்பம் இருந்-துவிடப் போகிறது?" என்கிறான்.

அப்போது அந்த மாலைப் பொழுது இரவாகி விடுகிறது. அதனால் அவனுக்குக் கூடுதல் வேதனை உண்டாகிறது. "ஐயோ! நம் வலிமையை எல்லாம் அழிக்கும் வகையில் மாலையும் இரவும் கலந்து கலந்து வந்து தலைவியையே நினைவுப் படுத்திக் கொல்கிறதே! என் வேலைக்கு நடுவே அவள் நினைப்பு வருகிறது. அதற்கே நான் இவ்வளவு வருத்-தப்படுகிறேனே. அவள் எப்போதும் என் நினைப்பிலேயே இருப்பாளே! அவளுக்கு எப்படி இருக்கும்? இதையெல்லாம் கண்முன் கொண்டுவந்து இந்த இரவுப் பொழுது நீளமாய்ச் சென்றுகொண்டே இருக்கிறதே" என்று புலம்புகிறான். பிரிவு சொட்டச் சொட்டக் காதலை எழுதி வைத்திருக்கும் இந்தச் சித்திரம் புலவர் இளங்கீரனார் நற்றிணையில் நமக்குக் காட்டு-வது.

இதோ பாடல்:

ஈன்பருந் துயவும் வான்பொரு நெடுஞ்சினைப்
பொரிஅரை வேம்பின் புள்ளி நீழல்

கட்டளை அன்ன இட்டரங்கு இழைத்து
கல்லாச் சிறாஅர் நெல்லிவட் டாடும்
வில்லேர் உழவர் வெம்முனைச் சீறூர்ச்
சுரன்முதல் வந்த உரன்மாய் மாலை
உள்ளினென் அல்லெனோ யானே உள்ளிய
வினை முடித்தன்ன இனியோள்
மனை மாண் சுடரொடு படர் பொழுது எனவே!

-இளங்கீரனார்
(நற்றிணை, பாடல் 3)

20

அறம்

சூரியன் சுறுசுறுப்பாய்த் தன் முழு ஒளியைக் காட்டிச் சுட்டெரித்துக் கொண்டிருக்கும் மதிய பொழுதில், பசுமை ஏதுமற்ற வெட்டவெளி நிலத்தில் அவள் நடந்து செல்கிறாள். கால்களில் செருப்பின்றி சுடுதரையையும் பொருட்படுத்தாமல் அவள் முன்னேறுகிறாள். காரணம், அவள் மனத்தைச் சுட்டுக் கொண்டிருக்கும் பிரிவுத்தீ இதைவிடப் பெரிதாய்க் கனல்கிறது. வழியெங்கும் பார்வையைப் பாய்ச்சி எதையோ தேடிக்கொண்டே நடக்கிறாள். வயது முதிர்ந்த அந்தப் பெண்ணின் தேடல் என்னவாயிருக்கும் என்று நம்மைப் போலவே, வானில் சுட்டெரிக்கும் சூரியனும் நினைத்திருக்கக் கூடும்.

அவளுக்கு எதிர்த்திசையில் சிலர் நடந்து வருகிறார்கள். வெள்ளை உடை உடுத்தி, கையில் மரக்குடை ஒன்றை ஏந்திக்கொண்டு அவர்கள் நடந்து வருகிறார்கள். ஒருவருக்கொருவர் பேசிக் கொள்ளாமல் மௌனமாக வருகிறார்கள். அனைவரது கையிலும் முனிவர்கள் கைக்கொள்ளும் தண்டம் ஒன்று காணப்படுகிறது. இந்தக் குறிகளே அவர்கள் அந்தணர்கள் என்பதைக் காட்டுகிறது. அவர்களைப் பார்த்ததும் அப்பெண் கொஞ்சம் நிம்மதி அடைகிறாள். அவர்களிடம் விரைந்து சென்று பேசுகிறாள்-

"பெரிய மனிதர்களே! சொன்ன மாத்திரத்திலேயே அடங்கும் மனத்தைக் கொண்டவர்களே! இந்த வேளையில் இத்தகைய பாலை நிலத்தில்

பயணம் செய்கின்ற மக்களே! கொஞ்சம் கேளுங்கள்! என் மகள் ஒருத்தியும், வேறொரு தாயின் மகன் ஒருவனும் தமக்குள் ஏற்பட்ட காதல் மயக்கத்தால் திருமணம் செய்து கொண்டார்கள். அவர்கள் இந்த வழியாகத்தான் வேற்று ஊருக்குச் சென்றிருக்க வேண்டும். அவர்களை நீங்கள் பார்த்தீர்களா?" என்று கேட்கிறாள் அந்தச் செவிலித்தாய்.

என்னதான் பெண்ணைப் பெற்றது நற்றாய் என்றாலும், அவளை வளர்ந்தவள் செவிலித் தாயல்லவா! அதுதான் பிள்ளைப் பாசம் தாளாமல் அவளைத் தேடித் திரிகிறாள். இதை அந்த அந்தணர்கள் உணர்ந்து கொள்கின்றனர். அவள் கேட்ட கேள்விக்குப் பதிலாக தாங்கள் வழியில் கண்ட காட்சியைச் சொல்கிறார்கள்.

"ஏன் பார்க்கவில்லை! நன்றாகப் பார்த்தோம். ஆணுக்குரிய அத்தனை குணங்களும் பொருந்திய ஆடவன் ஒருவனுடன், தேவலோகத்து பெண் போல் ஒருத்தி நடந்து சென்றாள். அந்தக் காட்சியைப் பார்த்ததும் எங்களுக்கு தாயுடன் மகள் போவதுபோல் தோன்றியது. அவள் உன் மகள்தானா! நல்லது" என்று ஆசீர்வதிக்கிறார்கள். இதைக் கேட்ட தாயின் முகம் மலர்கிறது. அதே வழியில் சென்றால் தன் மகளை உடனே பார்த்துவிடலாம் என்று திட்டமிடுகிறாள். இதையும் குறிப்பால் உணர்ந்த அந்தணர்கள் மேலும் சொல்கிறார்கள்-

"அம்மா! பெரிய மலையில் உருவாகும் சந்தனம், அதை இழைத்துப் பூசும் மனிதர்களுக்கே பயன் தருகிறது. அந்த மலைக்கு அல்ல! கடலின் ஆழத்தில் கிடைக்கும் முத்து, அதை அணிபவர்களுக்கே பயன் தருகிறது. கடலுக்கு அல்ல! யாழில் பிறக்கும் இசையும் அதைக் கேட்பவர்களுக்கு பயன் தருவதேயன்றி அந்த யாழுக்கு அதனால் பயனில்லை. உன் மகள் உனக்கு அப்படிப்பட்டவள் தான். அவளது தலையான அறமான இல்லறத்தை நடத்த அவள் செல்கிறாள். நீ அவளை எண்ணி கவலை கொள்ள வேண்டா" என்று அறிவுரையும் கூறி அங்கிருந்து நகர்கிறார்கள். இதைக் கேட்ட செவிலித்தாயின் கண்ணீர் அவளது கவலைகளையும் கழுவிக் கரைய, அவள் வந்தவழியே நடக்கிறாள். களித்தொகையான கலித்தொகையில் புலவர் பெருங்கடுக்கோ கண்டு

வடித்த காட்சி இது.

இதோ பாடல்-

எறித்தரு கதிர்தாங்கி ஏந்திய குடைநீழல்
உறித்தாழ்ந்த கரகமும், உரைசான்ற முக்கோலும்,
நெறிப்பட சுவல்அசைஇ, வேறொரா நெஞ்சத்துக்
குறிப்பேவல் செயல்மாலைக், கொளைநடை அந்தணீர்!
வெவ்விடைச் செலல்மாலை ஒழுக்கத்தீர்; இவ்விடை
என்மகள் ஒருத்தியும், பிறள்மகன் ஒருவனும்,
தம்முளே புணர்ந்த தாமறி புணர்ச்சியர்;
அன்னார் இருவரை காணிரோ?- பெரும!
காணேம் அல்லேம். கண்டனம் கடத்திடை;
ஆணெழில் அண்ணலோடு அரும்சுரம் முன்னிய
மாணிழை மடவரல் தாயிர் நீர்போறிர்;
பலவுறு நறும்சாந்தம் படுப்பவர்க்கு அல்லதை,
மலையுளே பிறப்பினும், மலைக்கவைதாம் என்செய்யும்?
நினையும்கால் நும்மகள் நுமக்குமாங்கு அனையளே!
சீர்கெழு வெண்முத்தம் அணிபவர்க்கு அல்லதை,
நீருளே பிறப்பினும், நீர்க்கவைதாம் என்செய்யும்?
தேரும்கால் நும்மகள் நுமக்குமாங்கு அனையளே!
ஏழ்புணர் இன்னிசை முரல்பவர்க்கு அல்லதை,
யாழுளே பிறப்பினும், யாழ்க்கவைதாம் என்செய்யும்?
சூழும்கால், நும்மகள் நுமக்குமாங்கு அனையளே!
எனவாங்கு,
இறந்த கற்பினாட்கு எவ்வம் படரன்மின்;
சிறந்தானை வழிபடிஇச் சென்றனள்;
அறம்தலை பிரியா ஆறும்மற்று அதுவே!!

-பெருங்கடுக்கோ
(கலித்தொகை, பாடல் 9)

ககனத்துளி மடல்கள்

அன்புக்குரிய விவேக்கிற்கு வாழ்த்துகள். உனது கற்பனைச் சிறகில் வலம்வந்த பண்டை இலக்கியத் தேனைக் ககனம் அமுதெனப் பொழிந்தவாறு 'ககனத்துளி'யில் கண்டேன். கதிர்கண்ட கமலமன்ன மனத்தே விரிந்தேன். தலைப்பும் சொல்ல வந்தே சேதியும் நறுக்குத் தெறித்தாற் போல் நச்-செ ன்று விளங்கியது. மீண்டும் படிக்கத் தூண்டும் துளிகளா-கவே எனக்குப் பட்டது. மிகச்சில இடங்களில் ஒருவேளை உன் கவனம் தவறிவிட்டதோ என எண்ணும் அளவில் வார்த்தைக் கோர்வைகள் சற்றே மதுவின் போதையில் மயங்கி உருண்டாற் போல் இருந்தது. உதாரணமாக, இளைத்தவள் கட்டுரையை வாசி. மற்றபடி,

அமுதிட்ட வண்ணம்போல் அழகுதமிழ்
வார்த்தைகள் ஆசை கூட்ட
அமைத்திட்ட வண்ணத்தில் ஆன்றோரும்
சான்றோரும் உன்னை வாழ்த்த
நிமிர்கின்றாள் தமிழன்னை நிலத்திலென்றும்
நின்போன்ற கவிஞன் வாக்கால்
நமைக்காக்கும் அவள்தாளை நாளுபற்றி
நானிலமே போற்ற வாழி!!

-கவிஞர் சுரேஜம்.

தமிழ் உண்மையிலேயே திமிர் கொள்ள வேண்டிய மொழி-தான். எத்தனை ஞானிகள் அவர்தம் கருத்துகள். ஞானங்-கள்.. அடேயப்பா. தாயெனக் கொளற்கே கர்வம் சேர்க்கும் தனி மொழி. இதனிடையே தம்பி விவேக்பாரதிக்கு இருந்த வளமும் சரளமும் எனக்கு வியப்புதான்.. எப்படி அந்த வயசில்னு.. அவரது. #ககனத்துளி அதற்கான பதிலினை காட்டியது. அதன் மூன்றாம் கட்டுரையில். குறிப்பிட்டுள்ள

இந்த பாடல்.. ஒன்றே.. விவேக்கின் திறனுக்கான அடித்த-
ளம் என்பேன்.. அவர் படித்து லயித்திருக்கிறார்... விரை-
வில். காலமும் மொழியும் எனக்கருளுமே ஆயின்.. தம்பி
உனக்கொரு #தமிழ்பரணி.. பாடுவது நானாக இருப்பேன்.

-கவிஞர் பவித்ரன் கலைச்செல்வன்.

பள்ளி முதல் கல்லூரி வரை தமிழ் பாடத்தில் யாரும்
முன்னெடுக்காத முயற்சி அதை விவேக் எடுத்துள்ளார்,
தமிழில் உள்ள இலக்கிய பாடல்களை எடுத்துக்கொண்டு
அதை உரைநடை வடிவில் அதன் கவி குறையாமல் உரை-
யாடி உள்ளார். தமிழில் இதுபோன்ற ஒரு முயற்சி வராத
என்ற தாகத்தை தீர்த்து வைத்துள்ளார் விவேக், இதுபோன்று
அனைவரும் உரைநடை வடிவில் உரையாடினால் நினை-
வில் இருந்து நீங்கா நினைவு இருக்கும். முயற்சிக்கு வாழ்த்-
துக்கள் விவேக்பாரதி.

-பாரி தமிழ்ச்செல்வன்.

படித்து அர்த்தம் புரியாமல் குழம்பி இருந்த செய்யுள் பாடல்-
களுக்கு, அர்த்தத்தை கதை வடிவில் இயற்றியுள்ளார் நண்-
பன் விவேக்பாரதி செய்யுள் விளக்கம் உரையும் கற்பனையும்
கலந்து நயம்பட எழுதியுள்ளார். கதை விவரிப்புகள் எளிய
கவிதை போல் உள்ளது. மொத்தம் இருபது கதைகள்.
அழகிய சொக்கநாதர் காந்தியம்மையை அன்போடு கோவ
சிணுங்கலோடும் சீராட்ட அழைக்கிறார். அவர் தாயை
உணர்ந்து தான் அப்படி பாடிருக்க முடியும் என்று விளக்-
குவது. பாற்கடல் வானம் ஏன் செக்கசிவந்து காட்சியளிக்-
கிறது, குவளை செடியில் பூக்கும் தாமரை மலர் போன்ற
வர்ணனைகளின் விளக்கம் கவிஞர்களுக்கே உரிய ஞானச்
செருக்கு. இக்கதைகளை பன்னிரெண்டாம் வகுப்பு படிக்கும்
போதே எழுதியுள்ளார். செய்யுள் பாற்கடலில் ஒரு துளியாய்
இக் "ககனத்துளி". நண்பனின் படைப்பு எனும்பொழுது

பெருமையும் கொஞ்சம் கர்வமும் இருக்க தான் செய்கிறது.

-விஜய் பிரகாஷ்

இருபத்து ஒன்றாம் நூற்றாண்டின் இளைஞன் விவேக்பாரதி, பெரும்பணி ஒன்றைத் தொடங்கியுள்ளார். அவர் என் நண்-பன் என்று சொல்லிக் கொள்வதில் அவ்வளவு பெருமை எனக்கு. அவர் படைத்த 'ககனத்துளி'யைக் கையிலெடுத்த-போது நண்பனையே தோளில் சுமப்பது போன்ற உணர்வே ஏற்பட்டது. இப்போது நினைத்துப் பார்க்கையில் எனது அந்த உணர்வு சற்று மிகையாகத் தோன்றுகிறது. பக்குவமடைந்த இப்பருவத்தில் விவேக் செய்துகொண்டிருப்பது யாரும் இது-வரை செய்யாத தீவிர இலக்கியச் செயலாகவே தோன்று-கிறது. தனது ஆளுமையை முன்னிறுத்தாமல் சங்க இலக்-கியத்தை மட்டுமே முன்னிறுத்தி, நவீன வடிவிலான கதை மூலம் விவேக் ஒதுங்கிக்கொள்கிறார். இந்தத் தலைமுறை-யினருக்குச் சங்கப் பாடல்கள் அவர்களுக்கான மொழியின் உதவியுடன் சேர வேண்டும் என்ற அவரது முயற்சி பாராட்-டுக்குரியது. 'ககனத்துளி' பல பாகங்களைக் கடக்க வேண்-டும் என்பதே என் விருப்பம்.

-பாலு

சிறு வயதில் முட்தோள் உடைய பலாப் பழத்தைக் கண்டு நான் அஞ்சியது போல் சங்க காலப் பாடல்கள் என்னை அச்சுறுத்தின. ஆனால், முட் தோளுக்கு உள்ளே இனிமை-யான சுளைகள் இருப்பதை போல் சங்க காலப் பாடல்களில் இருக்கும் சுவையான பொருளை அழகாக விளக்கி என் அச்சத்தைப் போக்கி இருக்கிறார் விவேக்பாரதி அண்ணன். இந்த நூலில் இருக்கும் ஒவ்வொரு கட்டுரையும் மாணவர்-களிடம் சென்று சேர வேண்டும். மனப்பாடப் பகுதிகளில் உள்ள சங்ககாலப் பாடல்களை வெறும் மனப்பாடம் மட்-டும் செய்யாமல், மனதில் இருந்து நீங்காது இருக்க இந்-

தக் கட்டுரைகள் பேருதவி புரியும் என ஒரு மாணவனாக உணர்ந்து கொண்டேன். ஒவ்வொரு முறையும் இந்த மாண-வனுக்கு ஆசிரியராகவே தெரிகிறார் விவேக்பாரதி அண்-ணன். அவரது இந்த ககனத்துளி படைப்பு கால வெளியில் ஒரு நட்சத்திரமாய் மின்னும்.

-வெ.விஜய்